FIRST EDITION - Published 2022

Extra Graphic Material From: www.freepik.com
Thanks to: Alekksall, Starline, Pch.vector, Rawpixel.com, Vectorpocket, Dgim-studio, Upklyak, Macrovector, Stockgiu, Pikisuperstar & Freepik.com Designers

This Book Comes With Free Bonus Puzzles

Available Here:

BestActivityBooks.com/WSBONUS20

5 TIPS TO START!

1) HOW TO SOLVE

The Puzzles are in a Classic Format:

- Words are hidden without breaks (no spaces, dashes, ...)
- Orientation: Forward & Backward, Up & Down or in Diagonal (can be in both directions)
- Words can overlap or cross each other

2) ACTIVE LEARNING

To encourage learning actively, a space is provided next to each word to write down the translation. The **DICTIONARY** allows you to verify and expand your knowledge. You can look up and write down each translation, find the words in the Puzzle then add them to your vocabulary!

3) TAG YOUR WORDS

Have you tried using a tag system? For example, you could mark the words which have been difficult to find with a cross, the ones you loved with a star, new words with a triangle, rare words with a diamond and so on...

4) ORGANIZE YOUR LEARNING

We also offer a convenient **NOTEBOOK** at the end of this edition. Whether on vacation, travelling or at home, you can easily organize your new knowledge without needing a second notebook!

5) FINISHED?

Go to the bonus section: **MONSTER CHALLENGE** to find a free game offered at the end of this edition!

Want more fun and learning activities? It's **Fast and Simple!**
An entire Game Book Collection just **one click away!**

Find your next challenge at:

BestActivityBooks.com/MyNextWordSearch

Ready, Set... Go!

Did you know there are around 7,000 different languages in the world? Words are precious.

We love languages and have been working hard to make the highest quality books for you. Our ingredients?

A selection of indispensable learning themes, three big slices of fun, then we add a spoonful of difficult words and a pinch of rare ones. We serve them up with care and a maximum of delight so you can solve the best word games and have fun learning!

Your feedback is essential. You can be an active participant in the success of this book by leaving us a review. Tell us what you liked most in this edition!

Here is a short link which will take you to your order page.

BestBooksActivity.com/Review50

Thanks for your help and enjoy the Game!

Linguas Classics Team

1 - Antiques

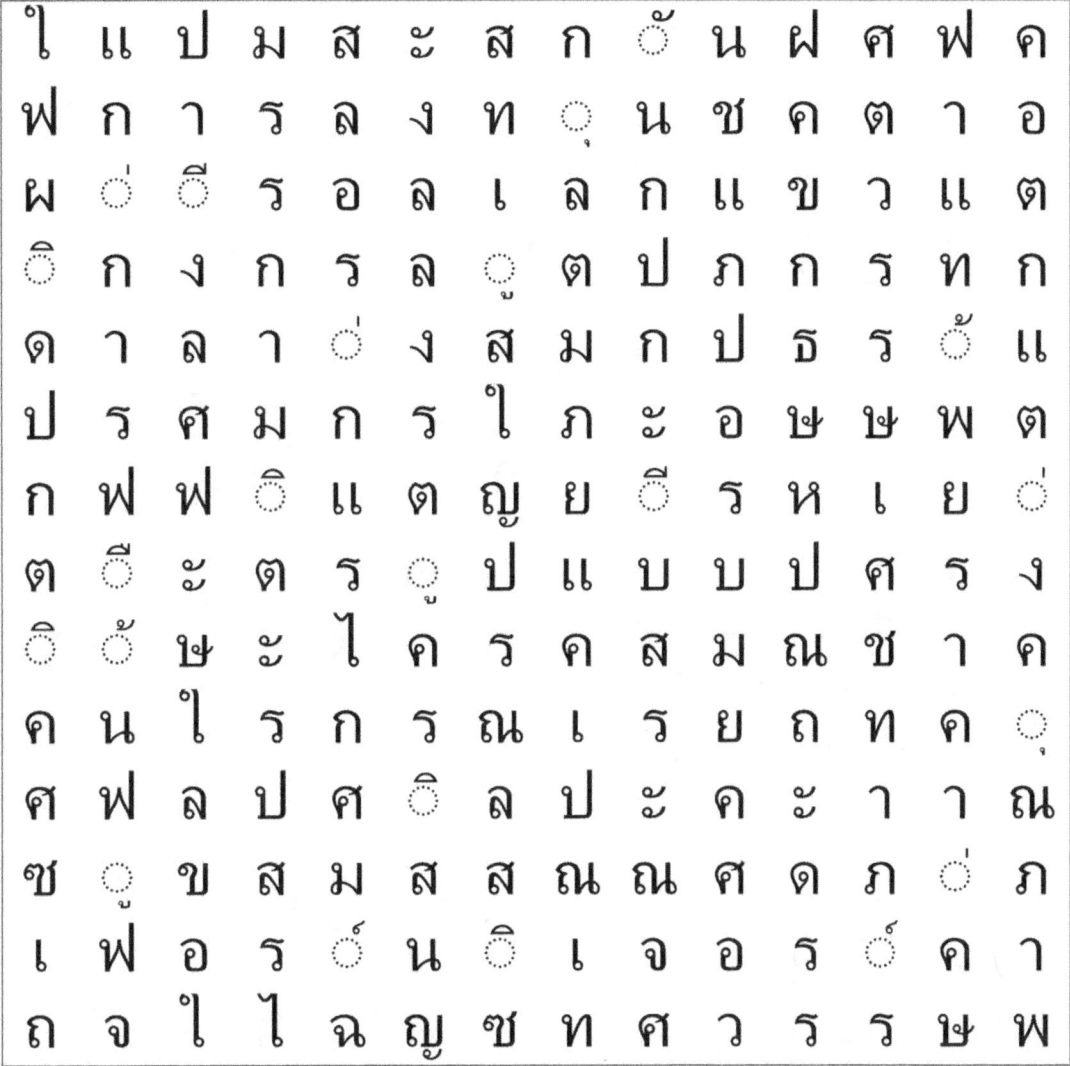

ศิลปะ	แกลเลอรี่
ประมูล	การลงทุน
แท้	แก่
ศตวรรษ	ราคา
เหรียญ	คุณภาพ
นักสะสม	การฟื้นฟู
ทศวรรษ	ประติมากรรม
ตกแต่ง	รูปแบบ
สง่า	ผิดปกติ
เฟอร์นิเจอร์	ค่า

2 - Food #1

น	แ	ฟ	ะ	ศ	ซ	อ	อื	ล	ก	เ	ไ	โ	แ
ไ	อ้	ส	ฝ	น	ป	แ	บ	พ	ล	ข	ช	ห	อ
เ	น	อำ	ล	ม	ย	อี	ท	เ	ะ	ร	ก	ร	ป
ต	อ้	แ	ต	ป	อ	ไ	จ	ท	ช	ม	ฝ	ะ	ร
อ้	อำ	ค	ว	า	น	ะ	ม	ร	ข	ย	ง	พ	อิ
า	ผ	ร	ย	อ์	ล	อ่	เ	อ์	ร	า	บ	า	ค
ห	ล	อ	ด	ผ	อั	ก	โ	ข	ม	ฟ	ข	ย	อ
อุ	ไ	ท	ไ	อ้	ฟ	ธ	ม	ญ	า	น	อ่	อุ	ท
อ้	ม	ใ	ญ	ง	ล	อู	ก	แ	พ	ร	อ์	อ	น
เ	อ้	ะ	ด	ป	ง	ส	ล	อิ	ว	อ่	อั	ถ	ม
ภ	แ	ร	ง	ณ	บ	ม	ซ	ง	ต	ม	ษ	ด	ผ
ส	อ	ผ	อ	ษ	ห	บ	ษ	อ	ค	ถ	ส	ธ	ณ
ป	ช	แ	ร	ล	ซ	อุ	ป	ห	อั	ว	ห	อ	ม
ห	อั	ว	ผ	อั	ก	ก	า	ด	า	ส	ง	ธ	อ

แอปริคอท	ถั่วลิสง
บาร์เล่ย์	ลูกแพร์
โหระพา	สลัด
แครอท	เกลือ
อบเชย	ซุป
กระเทียม	ผักโขม
น้ำผลไม้	น้ำตาล
มะนาว	เต้าหู้
นม	ทูน่า
หัวหอม	หัวผักกาด

3 - Measurements

ระ	ะ	ด	ั้	บ	เ	ส	ือ	ย	ง	ถ	ะ	ส	ก
พ	ธ	จ	ล	พ	จ	น	ั้	ต	ซ	ช	ด	ท	ิ
ค	ว	า	ม	ส	ุ	ง	ั้	ช	เ	ฟ	ไ	ศ	โ
ก	ิ	โ	ล	ก	ร	ั้	ม	ำ	ท	ร	ผ	น	ล
พ	ด	ว	ณ	ก	ต	ต	ร	ต	ห	ท	ย	ิ	เ
ป	ไ	ไ	ก	ฉ	ม	ย	ต	ป	ร	น	ป	ย	ม
ซ	บ	ฟ	ว	ว	เ	ข	ม	ั้	ร	ก	ั้	ม	ต
ณ	ต	ย	ร	ป	ส	ล	เ	ธ	เ	ือ	ธ	ก	ร
น	์	พ	ก	ฟ	ง	ธ	ิ	ศ	ม	ล	อ	ไ	ท
ซ	ิ	ม	ว	ล	ไ	ย	ต	ต	ะ	ม	อ	ส	ว
ซ	ณ	ั้	ร	พ	ป	พ	น	น	ร	า	น	พ	ไ
ง	ค	บ	ว	ญ	ฉ	ช	ซ	ณ	ท	ว	ซ	เ	ย
อ	ง	ศ	า	ข	ข	ง	เ	ผ	ภ	ค	์	ษ	ห
น	า	ท	ี	น	ค	ว	า	ม	ย	า	ว	ะ	ถ

ไบต์	ความยาว
เซนติเมตร	ลิตร
ทศนิยม	มวล
องศา	เมตร
ความลึก	นาที
กรัม	ออนซ์
ความสูง	ตัน
นิ้ว	ระดับเสียง
กิโลกรัม	น้ำหนัก
กิโลเมตร	

4 - Farm #2

```
ป  ฉ  ภ  ษ  ษ  ง  ล  ะ  ก  ช  ไ  พ  ส  ค
น  ม  จ  ส  ใ  เ  า  ◌ู  า  ด  ก  บ  ว  น
ข  ◌้  า  ว  ส  า  ล  ◌ี  ก  ◌ั  ผ  ไ  น  เ
ค  ◌์  ร  อ  ต  เ  ก  ร  ท  แ  ถ  ร  ผ  ล
น  ง  ซ  ศ  ศ  ฉ  ย  บ  ศ  อ  ก  ก  ล  ◌ี
แ  ก  ะ  ท  ◌ุ  ◌่  ง  ห  ญ  ◌ั  า  ะ  ไ  ◌ั
ด  ล  ฟ  ว  ข  ข  ไ  ใ  ถ  ม  เ  ส  ม  ย
ฟ  ญ  ก  ะ  ช  เ  ◌้  แ  ข  ไ  ป  ◌ั  ◌ั  ง
ย  ◌์  ล  ◌่  เ  ◌์  ร  า  บ  ล  ◌็  ต  ช  แ
อ  า  ห  า  ร  ฟ  ณ  ภ  ว  ผ  ด  ว  ร  ก
ญ  ก  ย  ต  ข  ล  ฟ  ฉ  ต  โ  ล  ◌์  แ  ะ
ช  า  ว  น  า  ส  น  ก  ะ  ป  พ  า  ศ  ะ
ก  ◌ั  ง  ห  ◌ั  น  โ  ร  ง  น  า  ด  ม  ษ
ช  ล  ป  ร  ะ  ท  า  น  ฟ  ท  ป  ร  ซ  า
```

สัตว์	ลามา
บาร์เล่ย์	ทุ่งหญ้า
โรงนา	นม
ข้าวโพด	สวนผลไม้
เป็ด	แกะ
ชาวนา	คนเลี้ยงแกะ
อาหาร	รถแทรกเตอร์
ผลไม้	ผัก
ชลประทาน	ข้าวสาลี
ลูกแกะ	กังหัน

5 - Books

ใ	ะ	น	ย	ผ	ว	ม	ย	ห	ง	ป	พ	ก	ค
ร	ณ	ภ	ร	เ	ร	ห	ศ	ร	อ	ร	ธ	า	ว
์	ช	ุ	ด	ข	ร	า	พ	ไ	ข	ะ	ญ	ร	า
ต	อ	ฝ	า	ี	ณ	ก	น	ง	้	ด	ก	ผ	ม
ส	ด	น	ย	ย	ก	า	ย	ว	ว	ิ	ห	จ	เ
า	ง	ฉ	า	น	ร	พ	ข	า	ย	ษ	ต	ญ	ป
ศ	ซ	ต	ย	ถ	ร	ย	ี	ร	ก	ฐ	ค	ภ	ื
ต	เ	ธ	ิ	ย	ม	์	เ	ง	ื	์	ธ	้	น
ิ	ล	ษ	น	ล	ผ	ู	้	อ	่	า	น	ย	ค
้	น	ก	ง	แ	ฟ	ร	ุ	่	เ	บ	้	ว	ุ
ว	บ	ท	ก	ว	ื	ส	ผ	ื	่	ร	เ	น	ุ
ะ	ห	ษ	ช	ก	ต	ผ	เ	ร	ี	ิ	ใ	ป	ห
ร	ผ	ใ	ภ	ไ	ฟ	ม	ผ	เ	ท	บ	า	ล	ข
ป	ข	ผ	ก	ล	อ	น	ภ	ส	ศ	ท	น	ย	ล

การผจญภัย	นิยาย
ผู้เขียน	หน้า
ชุด	กลอน
บริบท	บทกวี
ความเป็นคู่	ผู้อ่าน
มหากาพย์	ที่เกี่ยวข้อง
ประวัติศาสตร์	เรื่องราว
ตลก	อนาถ
ประดิษฐ์	เขียน
วรรณกรรม	

6 - Meditation

ค ว า ม ส น ใ จ ม ส ผ ญ ง ถ
ห ป พ น ฝ อ่ น ไ ร ฺุ ธ ง ฟ ท
ไ น ว พ ศ อื ป ค ฝ ผ ม ฝ ก บ
ธ พ ฎ ซ ต ต ข ว ค ก า ม ค ย
บ อั ร ม อ ย ร า ก า ช ค อ อื
ด ฝ เ อิ ต า ช ม ร ร ธ ว ร ง
ต น ร ย ญ อ ต ค ฎ ห ผ า ว เ
า เ ต ศ ย ม ส อิ ล า น ม อ ม
จ อิ ต ร ล เ น ด บ ย ฉ ช า า
ถ ธ ข ก อื ร ฉ อิ ง ไ ษ อั ร ว
ส อั น ต อิ ภ า พ ส จ ญ ด ม ค
ค ว า ม เ ม ต ต า อั บ เ ณ จ
ค ว า ม ก ต อั ญ ญ ฺุ ย จ อื ห
เ ร อื ย น ร ฺุ อั แ อ ซ น ร ถ

การยอมรับ   จิต
ความสนใจ   ใจ
ตื่น   ดนตรี
การหายใจ   ธรรมชาติ
สงบ   สันติภาพ
ความชัดเจน   มุมมอง
อารมณ์   ความเงียบ
ความกตัญญ   ความคิด
นิสัย   เรียนรู้
ความเมตตา

7 - Days and Months

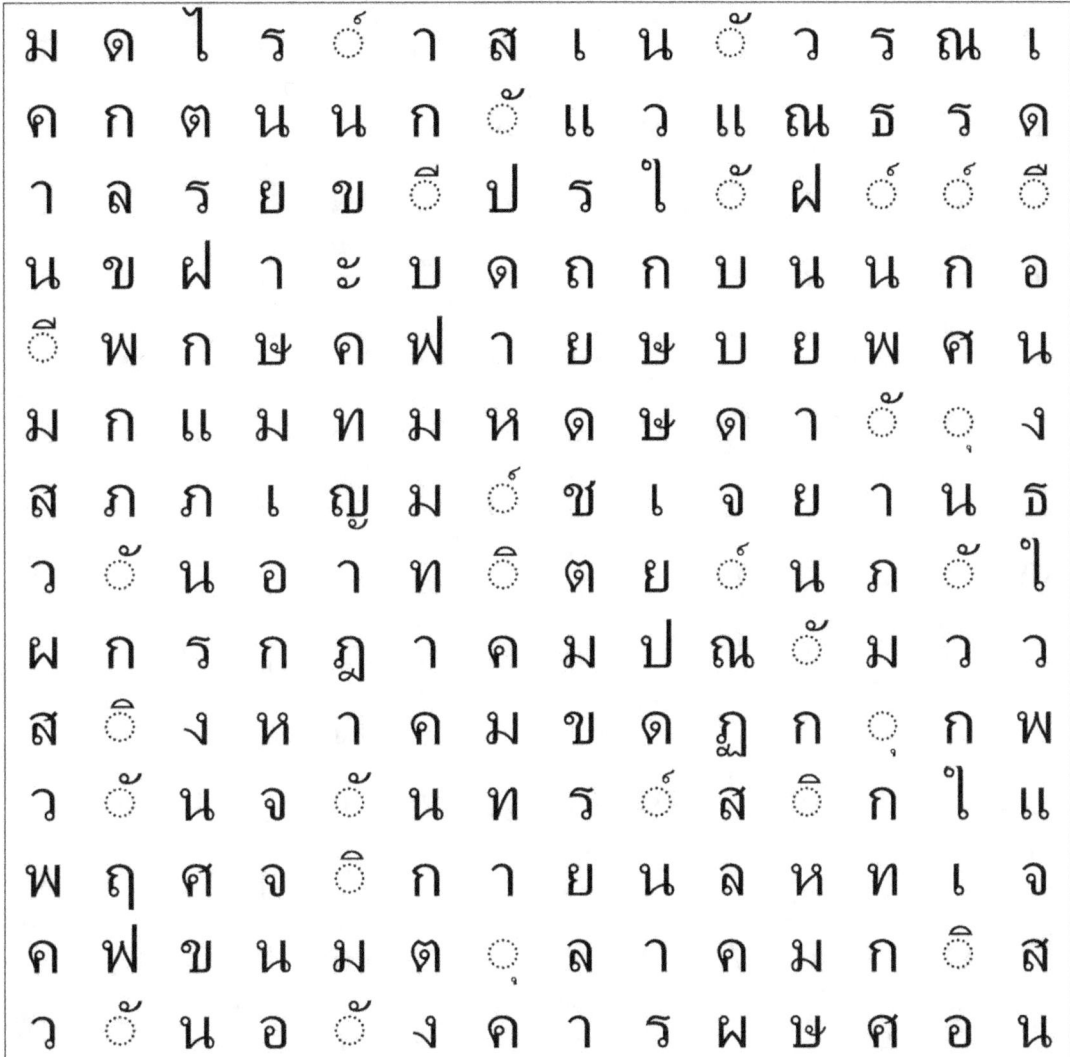

ม	ด	ไ	ร	์	า	ส	เ	น	้	ว	ร	ณ	เ
ค	ก	ต	น	น	ก	้	แ	ว	แ	ณ	ธ	ร	ด
า	ล	ร	ย	ข	ี	ป	ร	ไ	้	ฝ	่	่	ื
น	ข	ฝ	า	ะ	บ	ด	ถ	ก	บ	น	น	ก	อ
ี	พ	ก	ษ	ค	ฟ	า	ย	ษ	บ	ย	พ	ศ	น
ม	ก	แ	ม	ท	ม	ห	ด	ษ	ด	า	้	ุ	ง
ส	ภ	ภ	เ	ญ	ม	่	ช	เ	จ	ย	า	น	ธ
ว	ั	น	อ	า	ท	ิ	ต	ย	์	น	ภ	ั	ไ
ผ	ก	ร	ก	ฏ	า	ค	ม	ป	ณ	้	ม	ว	ว
ส	ิ	ง	ห	า	ค	ม	ข	ด	ฏ	ก	ุ	ก	พ
ว	ั	น	จ	ั	น	ท	ร	์	ส	ิ	ก	ไ	แ
พ	ฤ	ศ	จ	ิ	ก	า	ย	น	ล	ห	ท	เ	จ
ค	ฟ	ข	น	ม	ต	ุ	ล	า	ค	ม	ก	ิ	ส
ว	ั	น	อ	ั	ง	ค	า	ร	ผ	ษ	ศ	อ	น

เมษายน	พฤศจิกายน
สิงหาคม	ตุลาคม
ปฏิทิน	วันเสาร์
กุมภาพันธ์	กันยายน
วันศุกร์	วันอาทิตย์
มกราคม	วันอังคาร
กรกฎาคม	วันพุธ
มีนาคม	สัปดาห์
วันจันทร์	ปี
เดือน	

8 - Energy

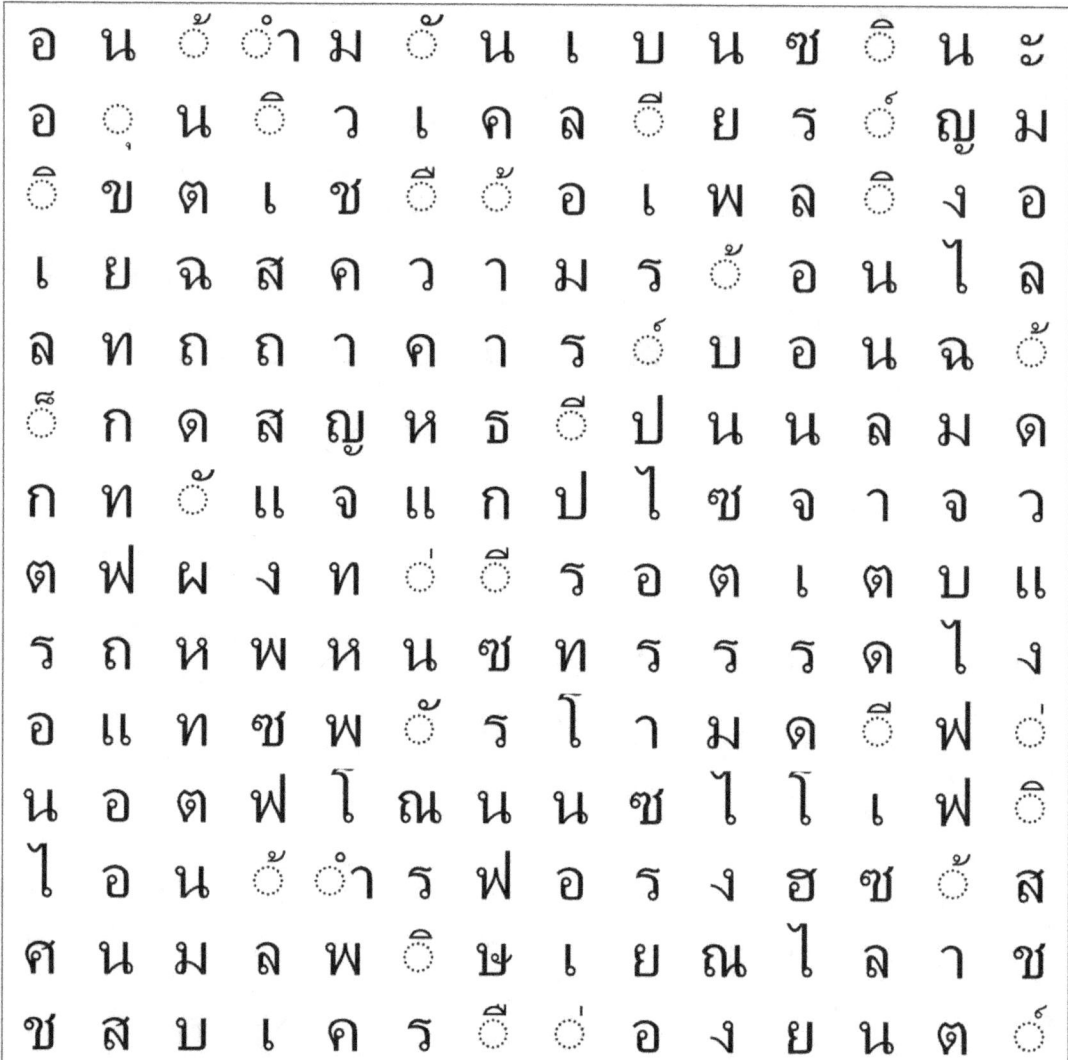

แบตเตอรี่
คาร์บอน
ดีเซล
ไฟฟ้า
อิเล็กตรอน
เอนโทรปี
สิ่งแวดล้อม
เชื้อเพลิง
น้ำมันเบนซิน
ความร้อน

ไฮโดรเจน
อุตสาหกรรม
เครื่องยนต์
นิวเคลียร์
โฟตอน
มลพิษ
ทดแทน
ไอน้ำ
กังหัน
ลม

9 - Chess

ศ	พ	ม	ฝ	ญ	ศ	ร	ค	ม	อ	ก	ช	ช	ก
ม	ต	ร	ท	ด	ช	ว	ว	พ	ต	ษ	ะ	ว	า
ต	ป	◌ู	ร	จ	ล	ธ	า	ข	พ	◌้	บ	ฟ	ร
ก	ร	◌้	ย	แ	ธ	ต	ม	ก	เ	ต	ก	ฏ	แ
น	ล	น	น	แ	ะ	ค	ท	ฝ	ผ	ร	แ	า	ข
บ	ฟ	ย	ฉ	ล	า	ด	◌้	ท	ค	◌ิ	ย	ป	◌่
ฉ	แ	◌ี	◌ุ	ก	ภ	ะ	า	ก	ว	ย	ด	ศ	ง
ย	ข	ร	ธ	ท	ว	ร	ท	ห	◌ี	◌์	ณ	ไ	ข
ศ	อ	เ	ข	ะ	ธ	ซ	า	ธ	น	ต	ก	ศ	◌้
อ	◌ุ	ท	◌ิ	ศ	ว	◌์	ย	แ	ช	ม	ป	◌์	น
ผ	◌ู	◌้	เ	ล	◌่	น	ส	ฟ	ไ	ค	จ	ผ	ห
ค	◌ู	◌่	แ	ข	◌่	ง	◌ี	ถ	ไ	ส	ฉ	ข	จ
เ	ว	ล	า	ห	ะ	ล	ด	ง	ข	ส	ท	ะ	า
ษ	ข	า	ว	ป	ศ	อ	◌ํา	ท	ญ	ฟ	ณ	ญ	ด

สีดำ
ความท้าทาย
แชมป์
ฉลาด
เกม
กษัตริย์
คู่แข่ง
รุ
ผู้เล่น

คะแนน
ควีน
กฎ
อุทิศ
กลยุทธ์
เวลา
เรียนรู้
การแข่งขัน
ขาว

10 - Archeology

ถ	พ	ว	ข	ร	น	ญ	ว	ต	ล	ก	ย	ช	ส
เ	ใ	ล	ั	น	ท	ภ	ย	บ	ู	ร	ล	ก	ม
ป	พ	ี	ร	ต	ญ	ย	ง	ไ	ก	ะ	ส	ย	ั
ถ	ย	ม	ต	ศ	ถ	ค	บ	ร	ห	ด	ร	จ	ย
พ	น	ง	ธ	พ	ฝ	ภ	ณ	ล	ุ	ั	ั	โ	
ห	ล	ฺ	ม	ฝ	ั	ง	ศ	พ	า	ก	ไ	ว	บ
เ	โ	ด	ค	ห	จ	ก	ม	ท	น	ต	เ	ิ	ร
ต	บ	ฟ	อ	ส	ซ	ิ	ล	ษ	ี	า	ว	ก	า
ม	ร	ร	ธ	ย	ร	า	อ	ศ	บ	ม	ญ	ั	ณ
ญ	า	ช	ว	ย	ช	ี	่	เ	้	ุ	ผ	น	ไ
ต	ณ	ก	า	ร	ว	ิ	เ	ค	ร	า	ะ	ห	์
ค	ว	า	ม	ล	ึ	ก	ล	ั	บ	ต	ณ	ฟ	ง
ต	ม	ฟ	ซ	ล	ธ	ร	ฺ	ค	ฝ	ข	ล	อ	ไ
ข	อ	ง	ท	ี	่	ร	ะ	ล	ึ	ก	ก	ค	ล

การวิเคราะห์	ฟอสซิล
โบราณ	เศษ
สมัยโบราณ	ความลึกลับ
กระดูก	วัตถุ
อารยธรรม	ของที่ระลึก
ลูกหลาน	นักวิจัย
ยุค	ทีม
ผู้เชี่ยวชาญ	วัด
ลืม	หลุมฝังศพ

11 - Food #2

อ	ร	น	น	ม	ย	า	ฉ	อ่	น	อ้	อึ	ข	โ
ผ	ว	บ	จ	ษ	ใ	แ	ภ	ก	ไ	บ	น	อ้	ย
ธ	ศ	ธ	ป	ร	เ	ถ	ม	ไ	ไ	ญ	ร	า	เ
ก	ท	ไ	ร	ล	ง	ย	ผ	า	ษ	ข	อื	ว	ก
ฟ	เ	ช	ข	ซ	า	ว	อี	อ่	อี	ก	อ่	ส	อิ
แ	อ	ป	เ	ป	อิ	อ้	ล	แ	ฉ	ฟ	อ่	า	ร
อ	อื	ม	ค	ช	อ	ล	ญ	ร	ฮ	ด	ร	ล	อ่
า	ข	ะ	ถ	อี	ะ	ก	ฝ	ป	ณ	ม	อ	อี	ต
ต	เ	เ	ล	ส	ฟ	ภ	น	ผ	ต	แ	ช	ส	ะ
อิ	ะ	ข	ค	า	ค	า	อ่	ต	ก	ว	เ	ฟ	ส
โ	ม	อื	า	ห	ผ	ถ	อุ	ล	ธ	ณ	ป	พ	ข
ช	ร	อ	เ	ห	อ็	ด	ง	ก	ไ	ก	ฝ	ย	อ้
อ็	ไ	ญ	ด	ศ	บ	ร	อ	ก	โ	ค	ล	อี	า
ค	ช	อ็	อ	ค	โ	ก	แ	ล	ต	ม	ถ	อ	ว

แอปเปิ้ล   มะเขือ
อาติโช๊ค   ปลา
กล้วย   องุ่น
บรอกโคลี   แฮม
ขึ้นฉ่าย   กีวี่
ชีส   เห็ด
เชอร์รี่   ข้าว
ไก่   มะเขือเทศ
ช็อคโกแลต   ข้าวสาลี
ไข่   โยเกิร์ต

12 - Chemistry

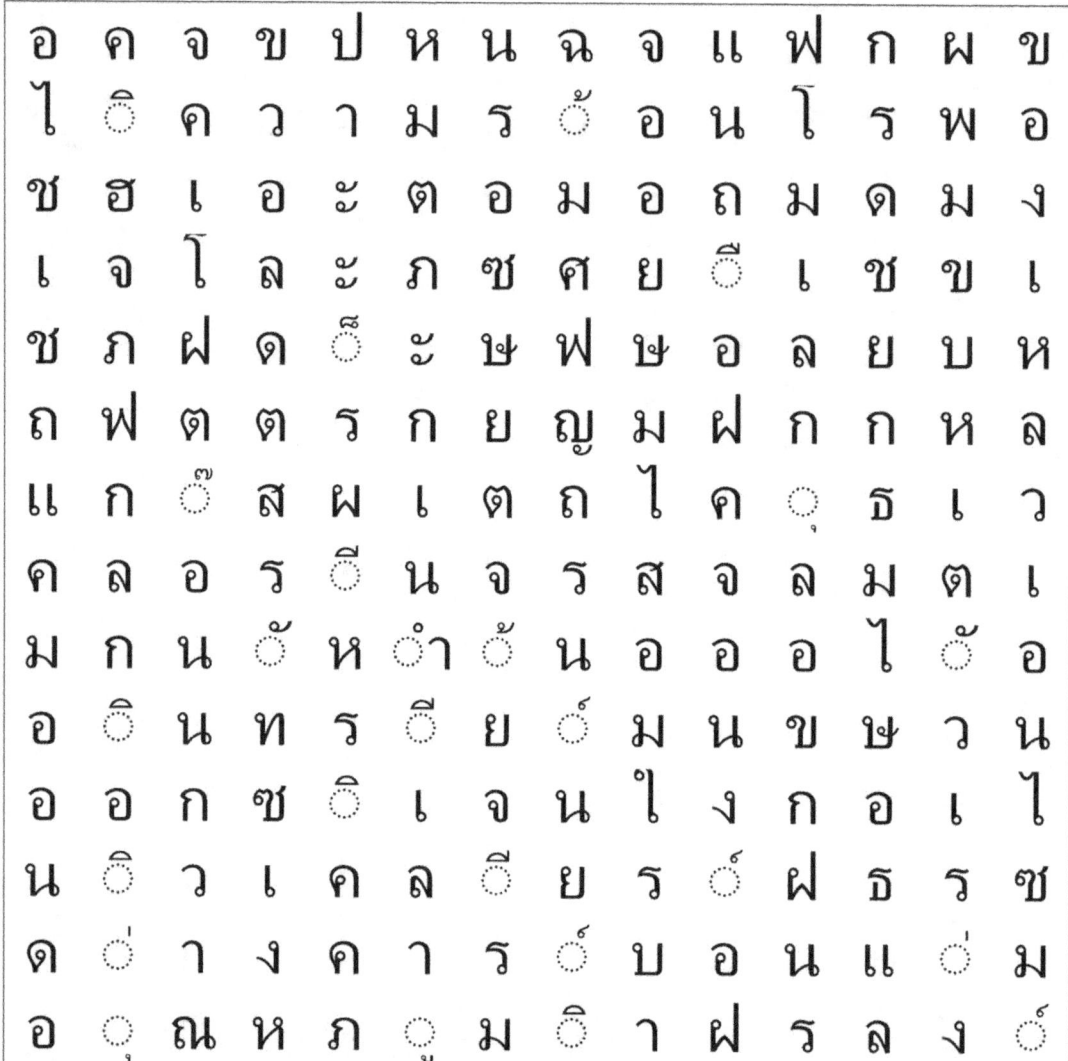

อ	ค	จ	ข	ป	ห	น	ฉ	จ	แ	ฟ	ก	ผ	ข
ไ	อิ	ค	ว	า	ม	ร	อ้	อ	น	โ	ร	พ	อ
ช	ฮ	เ	อ	ะ	ต	อ	ม	อ	ถ	ม	ด	ม	ง
เ	จ	โ	ล	ะ	ภ	ซ	ศ	ย	อื	เ	ช	ข	เ
ช	ภ	ฝ	ด	อึ	ะ	ษ	ฟ	ษ	อ	ล	ย	บ	ห
ถ	ฟ	ต	ต	ร	ก	ย	ญ	ม	ฝ	ก	ก	ห	ล
แ	ก	อ็	ส	ผ	เ	ต	ถ	ไ	ค	อุ	ธ	เ	ว
ค	ล	อ	ร	อื	น	จ	ร	ส	จ	ล	ม	ต	เ
ม	ก	น	อั	ห	อำ	อ้	น	อ	อ	อ	ไ	อั	อ
อ	อิ	น	ท	ร	อื	ย	อ์	ม	น	ข	ษ	ว	น
อ	อ	ก	ซ	อิ	เ	จ	น	ไ	ง	ก	อ	เ	ไ
น	อิ	ว	เ	ค	ล	อื	ย	ร	อ์	ฝ	ธ	ร	ซ
ด	อ่	า	ง	ค	า	ร	อ์	บ	อ	น	แ	อ่	ม
อ	อุ	ณ	ห	ภ	อู	ม	อิ	า	ฝ	ร	ล	ง	อ์

กรด	ไฮโดรเจน
ด่าง	ไอออน
อะตอม	ของเหลว
คาร์บอน	โมเลกุล
ตัวเร่ง	นิวเคลียร์
คลอรีน	อินทรีย์
อิเล็กตรอน	ออกซิเจน
เอนไซม์	เกลือ
แก๊ส	อุณหภูมิ
ความร้อน	น้ำหนัก

13 - Music

ฉ	ฝ	ล	ค	วิ	ร	อิ	อี	ล	พ	พ	จ	ฉ	เ
ไ	ง	จ	จี	ว	ก	ท	บ	น	ณ	ก	จ	า	ป
อี	ร	ต	น	ด	า	ล	ล	ับ	บ	ฟ	ธ	ไ	็
ฉ	ง	ร	ฝ	ญ	ภ	ม	บ	ัว	้	ล	อ	อ	น
โ	อ	ะ	ะ	โ	อ	่	ส	ไ	ย	ธ	ไ	ร	จ
พ	น	เ	น	ต	โ	ป	ร	า	ส	า	ร	ต	ัว
ข	ำ	ภ	ช	้	พ	อ	จ	ฝ	ม	ภ	ไ	ไ	ง
น	ท	อ	ร	ร	ก	ฟ	เ	ก	ซ	ัว	เ	ร	ห
จ	ัง	ง	ห	ว	ะ	ด	บ	ป	ฉ	ก	ค	อ	ว
ค	ล	า	ส	ส	อิ	ก	น	ณ	ร	ไ	ซ	ค	ะ
ไ	ม	โ	ค	ร	โ	ฟ	น	ต	ส	่	ร	ด	อี
ก	า	ร	บ	ัน	น	ท	ึ	ก	ร	ว	า	ช	ญ
ร	้อ	อ	ง	เ	พ	ล	ง	ห	ภ	อี	ค	ต	ล
เ	ผ	ส	ม	ผ	ส	า	น	ภ	ษ	พ	ณ	ฝ	ง

อัลบั้ม
บัลลาด
คลาสสิก
ผสมผสาน
ความสามัคคี
โอ๊ะโอ่
ตราสาร
ลีริคัล
ทำนอง

ไมโครโฟน
ดนตรี
นักดนตรี
โอเปร่า
บทกวี
การบันทึก
จังหวะ
เป็นจังหวะ
ร้องเพลง

14 - Family

ห	ล	ฝ	ห	ก	ฉ	ก	เ	บ	า	จ	ล	บ	ศ
ซ	ล	ู	ส	ค	ข	ย	แ	ม	่	ห	ู	ร	ฝ
น	ซ	า	ก	ด	็	เ	ย	้	ว	ธ	ก	ร	ษ
ม	ผ	้	น	ส	ภ	ร	ร	ย	า	ข	พ	พ	ซ
ฝ	ม	ป	ล	ส	า	ต	ไ	ว	ล	ศ	ี	บ	ด
บ	ช	ธ	ห	พ	า	ว	ซ	ภ	ธ	บ	่	ฺ	ฟ
ห	เ	ไ	ล	ฉ	ฟ	ว	ณ	ย	พ	ต	ล	ร	ธ
ณ	เ	ว	า	ส	ง	อ	้	น	่	ล	ู	ฺ	ม
ษ	เ	ส	น	เ	ด	็	ก	ย	อ	ฺ	ก	ษ	า
า	ว	า	ช	ฝ	า	แ	ฝ	ด	า	ง	น	พ	ร
ด	ค	ม	า	อ	ช	ง	ฉ	ไ	ร	ย	้	ท	ด
ฟ	ษ	ี	ย	า	ช	ง	อ	้	น	ธ	อ	พ	า
ห	ล	า	น	จ	ภ	ก	จ	น	ษ	ฝ	ง	ด	ท
า	ท	ช	ท	ว	ต	ป	ณ	ว	ถ	ส	ป	ู	่

บรรพบุรุษ	สามี
ป้า	มารดา
น้องชาย	แม่
เด็ก	หลานชาย
วัยเด็ก	หลานสาว
ลูกพี่ลูกน้อง	พ่อ
ลูกสาว	น้องสาว
หลาน	ฝาแฝด
ปู่	ลุง
ยาย	ภรรยา

15 - Farm #1

เ	ม	ผ	ซ	ป	ษ	ะ	ด	ล	ศ	ก	ร	จ	บ
บ	อ	้	น	ม	แ	พ	ม	ญ	ผ	ร	ก	ง	ญ
ญ	อี	ณ	า	ห	ญ	แ	ร	ธ	ซ	ะ	ห	ณ	ป
ป	ก	ฝ	ผ	ส	ร	ม	ว	้	ว	ท	ม	บ	ฉ
ม	า	น	ส	อึ	ท	ว	า	้	ข	อิ	า	ซ	ะ
น	อ่	อ	ง	ง	้	ช	ณ	ฝ	ษ	ง	า	ฟ	ณ
ล	ก	ร	ผ	ม	า	ง	ต	เ	ช	ผ	น	ซ	อ
น	ไ	ษ	า	ซ	ผ	ด	ค	ส	ญ	อึ	้	ไ	ต
ป	ุ	อ๋	ย	ซ	ซ	ล	เ	พ	ด	้	อำ	ณ	ช
ล	ห	ถ	ล	า	ง	จ	ไ	ธ	า	อำ	ค	ด	บ
ณ	ม	ร	ร	ก	ร	ต	ษ	ก	เ	้	ว	ซ	ผ
ต	ค	ป	ธ	อ	ร	ข	ด	ส	ต	น	ฉ	ข	แ
เ	ม	ล	อ๊	ด	้	ฟ	อ	ฉ	ภ	ษ	น	ธ	ไ
ล	บ	ไ	ซ	ผ	ผ	ว	ศ	ก	ฟ	ง	ญ	ญ	ก

เกษตรกรรม	รั้ว
ผึ้ง	ปุ๋ย
กระทิง	สนาม
น่อง	แพะ
แมว	ฟาง
ไก่	น้ำผึ้ง
วัว	ม้า
อีกา	ข้าว
หมา	เมล็ด
ลา	น้ำ

16 - Camping

แ	ส	น	ห	ส	ว	พ	ท	แ	ง	ป	ศ	ก	ผ
ณ	ม	น	ภ	น	ง	ะ	ะ	เ	ง	ป	ษ	น	เ
ฝ	ด	ล	ข	ฺ	ว	ษ	เ	ต	พ	ไ	เ	ไ	ผ
ว	ว	ก	ง	ก	ย	ธ	ล	็	ถ	ษ	ป	ไ	ฟ
ศ	ง	า	เ	า	ฉ	ภ	ส	น	แ	ค	น	ฺ	ษ
ศ	จ	ร	ด	ข	้	ล	า	ท	ส	ั	ต	ว	์
ฟ	ั	ผ	ส	เ	ผ	ห	บ	์	ห	ษ	ช	ฟ	ร
ศ	น	จ	ภ	ฺ	ธ	ร	ร	ม	ช	า	ต	ิ	ว
ท	ท	ญ	ป	ภ	ล	่	า	ส	ั	ต	ว	์	ล
ิ	ร	ภ	่	ื	ท	น	ผ	แ	ป	ษ	ท	บ	ก
ม	์	ั	า	ใ	ต	้	น	ไ	ม	้	ห	ท	ญ
็	ศ	ย	ผ	ล	ข	ส	พ	ล	ห	า	ค	ข	ฟ
ข	ห	ม	ว	ก	อ	ื	ช	เ	พ	ค	ผ	า	ณ
เ	ป	ล	ญ	ว	น	ย	ส	ไ	ผ	ไ	ล	ม	ศ

การผจญภัย	ล่าสัตว์
สัตว์	แมลง
ห้าง	ทะเลสาบ
แคนู	แผนที่
เข็มทิศ	ดวงจันทร์
ไฟ	ภูเขา
ป่า	ธรรมชาติ
สนุก	เชือก
เปลญวน	เต็นท์
หมวก	ต้นไม้

17 - Algebra

เ	บ	อ๊	ล	เ	ง	ว	ว	บ	บ	ข	ท	ผ	ข
ป	ม	น	น	ท	แ	ว	อั	ต	ล	น	อำ	พ	เ
อ้	ส	ต	ต	อ๊	ส	ม	ก	า	ร	ส	อุ	ต	ร
จ	า	อ์	ร	จ	ก	ช	น	แ	า	อั	ร	ศ	ะ
จ	ร	น	ง	อิ	น	ถ	ผ	ผ	ก	เ	ต	อุ	ห
อั	ล	อั	ต	ล	ก	ไ	แ	น	ม	ง	ป	น	ไ
ย	ะ	น	ก	อั	แ	ซ	ผ	ภ	อ	อิ	อั	ย	ฝ
ก	ล	อ	ญ	ร	ว	ษ	อ์	า	ฟ	ช	ญ	อ์	ท
ไ	า	ผ	ด	ถ	า	แ	แ	พ	ร	เ	ห	ซ	บ
ญ	ย	ข	ไ	ช	ภ	ฟ	ป	เ	ษ	ไ	า	ก	น
เ	ศ	ษ	ส	อ่	ว	น	ท	ร	ค	ผ	ด	ห	ง
ต	อั	ว	เ	ล	ข	พ	ภ	ฟ	ล	ง	น	บ	ส
ภ	ไ	ห	อ	แ	ย	ป	ว	ง	ซ	ท	อ	ไ	จ
ส	ว	ย	ษ	ธ	ภ	น	พ	ษ	ง	ษ	ส	ณ	ว

แผนภาพ
แผนก
สมการ
ตัวแทน
ปัจจัย
เท็จ
สูตร
เศษส่วน
กราฟ
อนันต์

เชิงเส้น
เมตริกซ์
ตัวเลข
วงเล็บ
ปัญหา
ทำ
สารละลาย
การลบ
ตัวแปร
ศูนย์

18 - Numbers

แ	ป	ด	เ	ส	า	ม	ญ	ส	ี	่	บ	ิ	ส
น	ร	็	บ	ก	ช	ย	ม	ย	ิ	น	ศ	ท	ิ
ช	ฉ	จ	จ	ห	้	ษ	ถ	ม	ศ	บ	ิ	ส	บ
ห	จ	เ	ฝ	ธ	ม	า	ส	บ	ิ	ส	ห	อ	เ
ไ	ม	ง	่	ึ	น	ห	ป	ผ	แ	ิ	ซ	ก	ก
ข	ง	อ	ส	ี	ว	้	ซ	ล	ไ	่	ไ	ผ	้
ต	ง	ส	ิ	อ	ส	บ	ต	ค	แ	ี	เ	ค	า
ล	ข	บ	บ	ก	ว	ิ	ว	ฟ	า	ย	ท	ร	้
แ	ร	ิ	แ	ฉ	ะ	ส	ก	ญ	า	เ	ป	ช	ห
ง	ฝ	ส	ป	ล	ท	จ	ว	ร	ป	ฉ	จ	ไ	ฉ
เ	ะ	เ	ด	จ	็	เ	บ	ิ	ส	ว	ถ	ป	ง
ภ	ต	ซ	ร	ป	า	ฟ	ด	ญ	ศ	น	ม	ง	ห
า	จ	ฟ	ก	ร	ธ	ก	ท	ภ	ศ	ศ	ข	เ	ช
ม	ถ	ข	ฝ	แ	ก	ใ	ศ	ณ	ซ	ง	ป	เ	ช

ทศนิยม	เจ็ด
แปด	สิบเจ็ด
สิบแปด	หก
สิบห้า	สิบหก
ห้า	สิบ
สี่	สิบสาม
สิบสี่	สาม
เก้า	สิบสอง
สิบเก้า	ยี่สิบ
หนึ่ง	สอง

19 - Spices

เ แ ร ถ ซ อ ือ ล ก เ ข า ศ ห
น ฟ ก ะ ล บ า อ ร ล ะ ิอ ษ ัอ
ั้อ เ น ง อ เ ร ต ะ แ บ ข ง ว
ท ม ษ ฺุอ ค ช ่อ น ว จ ค ต ภ ห
เ ็็อ ท ต ก ย ห ศ า พ ถ ง ข อ
ม ด ว ต ก ร ่อ ข น เ ท อ ห ม
ื็อ ย ข ม ั็อ ร ือ ก า น พ ฺุอ ล ก
ก ือ ว ณ ็็อ ส ย ก ก อ า ม ฟ ร
ท ่อ น ย ย ช ง ศ ้อ พ ม ย จ ะ
ง ห ิอ ภ ็็อ า ผ ฟ ิอ ห ว า น เ
แ ร ล เ ป ต ช ภ ร ณ ฟ ช ก ท
ค ่อ า ะ โ ิอ ป ช ป า อ ช เ ือ
พ า ศ น ร ั้อ ่อ ฝ า ้็อ ญ ห ใ ย
ช ฟ ผ ัอ ก ช ือ ก ป ห ฝ ธ จ ม

โป๊ยกั้ก	รสชาติ
ขม	กระเทียม
กระวาน	ขิง
อบเชย	นัทเม็ก
กานพูล	หัวหอม
ผักชี	ปาปริก้า
ผงยี่หร่า	หญ้าฝรั่น
แกง	เกลือ
เม็ดยี่หร่า	หวาน
เฟนูกรีก	วนิลา

20 - Universe

ฝ ค อ ฝ ด ุ ง ้ ฟ ช ร ช เ ส
ฉ ะ า ฉ ี ซ ย ข อ บ ฟ ้ า ภ
ด ไ ย ท ม จ ี ท ้ อ ง ฟ ้ า
ฟ บ ั ก ม จ อ ก ธ ซ ม ล จ บ
ไ ญ น ท า ว เ ป โ ม ค ะ ้ ด
ข ษ ช ธ ว แ ง ญ อ ล เ ต ก ย
ญ ท ธ ห ค ไ ล โ ม ส ก ิ ร น
เ ส ้ น แ ว ง ก ค ว ง จ ร ถ
บ ร ร ย า ก า ศ ซ จ ส ุ า ร
ด ว ง จ ั น ท ร ์ ี ร ด ศ ค
แ ส ง อ า ท ิ ต ย ์ ่ น ี ท
ต เ ศ ท ด า ร า ศ า ส ต ร ์
น ั ก ด า ร า ศ า ส ต ร ์ ณ
เ ส ้ น ศ ู น ย ์ ส ุ ต ร ย

นักดาราศาสตร์   ละติจุด
ดาราศาสตร์   เส้นแวง
บรรยากาศ   ดวงจันทร์
ฟังดู   วงโคจร
ความมืด   ท้องฟ้า
เส้นศูนย์สูตร   แสงอาทิตย์
กาแลกซี่   อายัน
ซีกโลก   เอียง
ขอบฟ้า   จักรราศี

21 - Mammals

ม	โ	ก	ห	ม	า	ป	อ่	า	ง	ท	ห	บ	ภ
อ	ค	โ	ร	ล	ฉ	พ	ย	แ	อิ	ณ	ล	ช	ธ
ง	โ	ข	น	ะ	ป	ล	า	โ	ล	ม	า	อ้	ไ
ช	ย	จ	ผ	ก	ต	ต	ส	ท	ะ	ภ	ข	า	ต
ถ	ต	ฝ	จ	แ	ส	อ่	ะ	ฉ	ะ	น	ผ	ง	ฝ
เ	อี	ใ	อ้	เ	ว	ฟ	า	ม	ห	ภ	ส	ญ	ฟ
ซ	อ้	อ	โ	ฝ	ถ	ง	อ้	ย	ส	อิ	ง	โ	ต
อ์	ถ	ง	ง	ว	ฬ	ว	ม	แ	ม	ว	บ	ฉ	พ
ก	อ	ร	อิ	ล	ล	า	ธ	ว	ณ	ธ	อี	ช	ณ
อ	ฝ	อ	จ	แ	อ	ร	ว	ถ	ด	ว	เ	เ	ร
อ็	ฝ	ภ	ใ	ฉ	ห	ะ	ธ	ข	ห	า	ว	ง	ช
ฟ	า	ร	อี	ย	ล	ม	บ	น	า	ศ	อ	ญ	พ
ม	อ้	า	ล	า	ย	บ	อี	ฟ	น	ไ	ร	ศ	ไ
ว	น	ล	ใ	ษ	ะ	ภ	ม	ธ	ว	ฉ	อ์	ฉ	ห

หมี	กอริลลา
บีเวอร์	ม้า
โค	จิงโจ้
แมว	สิงโต
โคโยตี้	ลิง
หมา	กระต่าย
ปลาโลมา	แกะ
ช้าง	วาฬ
ฟ็อกซ์	หมาป่า
ยีราฟ	ม้าลาย

22 - Fishing

ข	เ	ห	ย	ือ	อ่	อ	ท	ล	บ	เ	น	ล	ถ
เ	า	ใ	ธ	ภ	ห	ือ	อำ	น	ั้	อ่	ม	แ	ศ
ห	ค	ก	ป	แ	ฟ	ร	อ	า	ง	ธ	ป	ถ	ถ
ง	ท	ว	ร	ป	ก	เ	า	ช	า	ย	ห	า	ด
ือ	ะ	ภ	า	ร	อ	ท	ห	ญ	ั้	ภ	บ	ล	ว
อ	เ	ด	ษ	ม	ไ	อ	า	ค	ร	ล	ะ	ข	ล
ก	ล	ผ	า	ผ	อ	ก	ร	ไ	ก	ภ	ไ	ไ	ย
ธ	ส	ต	เ	ผ	น	ด	ร	ว	ะ	ถ	เ	ต	ป
ร	า	ญ	อ	แ	ั้	ไ	ท	ช	ต	ส	ห	ฟ	ภ
ห	บ	ง	จ	จ	อำ	ษ	ก	น	ั้	ห	อำ	ั้	น
ต	า	ช	ั้	อ่	ง	ก	ษ	ส	บ	ฤ	ส	ผ	ห
ม	ห	า	ส	ม	ุ	ท	ร	ฝ	ป	ก	ด	ล	ก
อ	ุ	ป	ก	ร	ณ์	อ	ผ	ณ	ซ	ะ	ท	ู	ฝ
ง	ร	ค	ร	ือ	บ	ต	ะ	ข	อ	ท	ต	ต	ไ

เหยื่อ
ตะกร้า
ชายหาด
เรือ
ทำอาหาร
อุปกรณ์
ครีบ
เหงือก
ตะขอ
ขากรรไกร

ทะเลสาบ
มหาสมุทร
ความอดทน
แม่น้ำ
ตาชั่ง
ฤดู
น้ำ
น้ำหนัก
ลวด

23 - Restaurant #1

ส	อ	ซ	ม	ย	ะ	ข	จ	น	ห	บ	ค	ณ	ล
ไ	เ	า	ก	แ	ณ	น	า	จ	ร	พ	ฉ	ษ	เ
ฝ	ด	เ	ห	ถ	ภ	ม	น	ข	ฟ	แ	า	ก	น
ไ	บ	บ	ม	า	ค	ป	อิ	ห	ง	ค	ไ	ผ	อื
ระ	ะ	ซ	ช	น	ร	อั	ก	ษ	พ	ช	ไ	ว	อั
ม	ส	ข	า	ม	อุ	ง	ท	ณ	ศ	เ	ไ	ด	อ
ส	พ	ถ	ม	ย	ค	ช	ช	ป	ห	ช	ก	ก	ณ
ผ	อ้	า	เ	ช	อ็	ด	ป	า	ก	อื	อ่	า	ว
น	แ	ถ	ว	ห	เ	อื	ฝ	ถ	ย	ช	ร	ษ
ว	ม	ณ	ร	พ	ฟ	ผ	ท	ม	ะ	ร	ล	จ	น
อ่	อิ	เ	ค	ศ	เ	เ	ซ	ซ	พ	อ่	ซ	อ	ฉ
ส	อุ	ค	ค	ธ	ค	อ	ผ	ค	ร	อั	ว	ง	บ
แ	ภ	า	พ	ซ	ด	ภ	ง	ญ	ผ	อ	ว	ไ	บ
พ	น	อั	ก	ง	า	น	เ	ส	อิ	ร	อ่	ฟ	ฉ

ภูมิแพ้	มีด
ชาม	เนื้อ
ขนมปัง	เมนู
แคชเชียร์	ผ้าเช็ดปาก
ไก่	จาน
กาแฟ	การจอง
ขนม	ซอส
อาหาร	เผ็ด
ส่วนผสม	กิน
ครัว	พนักงานเสิร์ฟ

24 - Bees

ฉ	ใ	ภ	ป	แ	ร	ด	เ	ฝ	ฟ	ห	า	น	จ
ฝ	ษ	ก	ะ	ม	จ	ะ	อ	ศ	จ	ค	ย	ศ	ต
ค	ส	ป	ส	ล	ร	ญ	บ	ก	อี	ป	อ	ณ	ล
ห	ฝ	ซ	ว	ง	อ์	ร	ว	บ	ไ	ร	ย	ม	ง
น	เ	ว	ง	ผ	ญ	า	ข	ร	น	ม	ธ	ร	ห
พ	อี	ช	ษ	อึ	แ	ห	ผ	ะ	ธ	อิ	อ้	ท	ศ
ป	ก	ษ	า	อ้	ญ	า	ย	อู	ณ	ร	เ	ฝ	ญ
ร	ก	ข	ว	อำ	า	อ	ห	ะ	ห	ห	น	ว	ง
ณ	ห	ถ	พ	อ้	ผ	ล	ไ	ม	อ้	ศ	ม	ไ	ศ
ล	ง	า	า	น	ไ	า	ร	ด	ค	ว	อี	น	ม
ฝ	ฉ	ย	อ์	ต	อิ	ท	า	อ	ง	ว	ด	ย	อ
ญ	อู	ค	ว	อ้	น	ศ	ย	ก	ป	า	ช	ว	ใ
ส	ะ	ง	ผ	อึ	อ้	อ้	อี	ข	ส	ว	น	ก	ห
ค	ว	า	ม	ห	ล	า	ก	ห	ล	า	ย	ป	ษ

ดอก · แมลง
ความหลากหลาย · พืช
ระบบนิเวศ · เรณู
ดอกไม้ · ควีน
อาหาร · ควัน
ผลไม้ · ดวงอาทิตย์
สวน · ฝูง
รัง · ขี้ผึ้ง
น้ำผึ้ง · ปีก

25 - Weather

ง	ฟ	ม	◌ุ	ส	ร	ม	ล	ณ	ห	ง	ย	ภ	ส
ส	ฉ	◌ั้	ย	ช	ห	ภ	ม	ว	ม	ะ	จ	พ	า
น	ภ	เ	า	ผ	◌่	า	◌ั้	ฟ	อ	ฟ	ด	ฟ	ย
◌ั้	โ	า	พ	ร	ภ	ไ	อ	ม	ก	ซ	ถ	ท	ร
◌ำ	พ	จ	พ	น	◌ั้	ฝ	อ	ผ	ห	ก	ซ	เ	◌ุ
แ	ล	บ	ศ	อ	ร	อ	ค	ล	า	ว	ด	◌์	◌ั้
ข	า	เ	เ	◌ั้	า	ภ	ง	ช	ธ	แ	ญ	ต	ง
◌ึ	ร	ฉ	ช	ร	เ	ก	บ	ร	◌ี	ซ	ห	อ	ฉ
ง	◌์	ฝ	า	ต	ก	ญ	า	ฟ	◌ั้	ง	อ	◌ั้	ท
ณ	ย	ภ	ค	ข	ห	อ	บ	ศ	ไ	ฝ	ข	ค	ง
ก	ภ	น	ค	เ	ร	◌ิ	อ	ฮ	เ	◌ุ	ย	า	พ
แ	ล	◌ั้	ง	ซ	อ	◌ุ	ณ	ห	ภ	◌ุ้	ม	◌ิ	ไ
พ	า	ย	◌ุ	ท	อ	ร	◌์	นา	า	โ	ด	น	ซ
ค	ถ	ส	ง	บ	ร	ร	ย	า	ก	า	ศ	ะ	ไ

บรรยากาศ	มรสุม
บรีซ	โพลาร์
สภาพอากาศ	สายรุ้ง
คลาวด์	ท้องฟ้า
แล้ง	พายุ
แห้ง	อุณหภูมิ
หมอก	ฟ้าร้อง
พายุเฮอริเคน	พายุทอร์นาโด
น้ำแข็ง	เขตร้อน
ฟ้าผ่า	ลม

26 - Adventure

ส	ต	จ	น	ำ	ร	อ่	อ	ง	เ	ก	ค	โ	ค
ย	เ	น	อ	อ่	อื	พ	เ	ไ	ซ	า	ว	อ	ว
า	เ	ฟ	น	ย	ค	ก	ส	ถ	บ	ร	า	ก	า
ษ	ญ	ภ	พ	จ	ผ	ท	ข	ย	ะ	ต	ม	า	ม
ก	า	ร	เ	ด	ิ	น	ท	า	ง	ร	ป	ส	ท
ศ	ห	ธ	ก	ง	ถ	ส	น	ร	จ	ะ	ล	ฝ	้
ื	า	ธ	ร	ิ	ม	ก	ธ	ต	ป	เ	อ	ป	า
น	้	พ	เ	ร	จ	อ	ย	น	เ	ต	ด	ล	ท
ศ	ล	ฝ	ค	บ	ม	ก	ธ	ั	ไ	ร	ภ	า	า
ั	ก	ไ	ห	ม	่	ช	ร	อ	ข	ี	ั	ย	ย
ท	ม	ข	ะ	ไ	ฝ	ณ	า	ร	ซ	ย	ย	ท	ง
ก	า	ย	ม	า	ว	ค	ต	ต	ม	ม	ะ	า	ศ
ภ	ว	ค	ว	า	ม	ง	า	ม	ิ	ด	ซ	ง	ภ
ค	ค	น	่	า	แ	ป	ล	ก	ไ	จ	ญ	ฟ	ญ

กิจกรรม	เพื่อน
ความงาม	จอย
ความกล้าหาญ	ธรรมชาติ
ความท้าทาย	นำร่อง
โอกาส	ใหม่
อันตราย	การตระเตรียม
ปลายทาง	ความปลอดภัย
ความยาก	น่าแปลกใจ
ทัศนศึกษา	การเดินทาง

27 - Circus

ก	ศ	จ	ว	า	ด	น	ต	ร	ี	ฝ	ฝ	ท	น
า	ห	ส	่	พ	ม	ภ	โ	์	ส	ภ	ส	ง	ธ
ย	ล	ร	้	อ	ง	า	ง	อ	ษ	ผ	ข	ง	ธ
ก	ิ	ก	ต	ต	ญ	ช	ิ	ก	ง	ด	ง	า	ม
ร	ง	อ	า	ม	ว	ภ	ส	เ	ต	า	ด	้	ช
ร	ไ	พ	ง	ย	ไ	์	ล	ก	ง	จ	ส	ช	ุ
ม	อ	ก	ุ	ล	า	ท	จ	ั	เ	ะ	แ	ค	ด
เ	บ	ข	ก	ว	ถ	ม	ห	จ	ภ	ส	ฉ	ซ	แ
ต	ข	บ	ว	น	แ	ห	่	ด	ฟ	ผ	ื	จ	ต
็	ผ	ว	น	ั	ก	ม	า	ย	า	ก	ล	อ	่
น	ต	ั	ว	ต	ล	ก	า	ศ	ส	ม	เ	ฝ	ง
ท	ล	ุ	ก	โ	ป	่	ง	ซ	ฟ	ร	ช	ต	ก
์	ณ	ฟ	ะ	จ	ญ	ค	ส	ภ	ห	ธ	ธ	ศ	า
เ	ค	ล	็	ด	ล	ั	บ	า	ล	ท	ษ	ป	ย

กายกรรม	นักมายากล
สัตว์	ลิง
ลูกโป่ง	ดนตรี
ลูกอม	ขบวนแห่
ตัวตลก	แสดง
ชุดแต่งกาย	งดงาม
ช้าง	เต็นท์
จักเกอร์	ตั๋ว
สิงโต	เสือ
มายากล	เคล็ดลับ

ผ	อ	า	ห	า	ร	เ	ย	ึ	น	บ	ไ	เ	อ
ธ	ั	ธ	ซ	จ	อ	น	พ	ญ	น	ร	ต	ก	า
ฟ	ว	ก	เ	ค	้	ก	ห	แ	้	ิ	ย	้	ห
ว	ข	จ	เ	ภ	ม	อ	้	ส	ำ	ก	ร	า	า
ไ	ญ	ว	ค	ณ	ไ	ย	ค	า	ส	ร	ด	อ	ร
ต	แ	ป	ร	ห	ล	ณ	แ	า	ย	ล	ฝ	ื	ก
ซ	ุ	ป	ื	น	ผ	ซ	ช	้	อ	น	้	้	ล
ม	ซ	ด	่	ส	้	ง	ธ	ไ	่	ซ	ช	ด	า
เ	ษ	ถ	อ	จ	ป	ำ	ร	ต	ร	พ	อ	น	ง
ก	ณ	ว	ง	จ	พ	ญ	แ	ร	อ	ย	เ	ะ	ว
ล	ซ	ไ	ด	ไ	ข	่	ไ	ข	ช	ช	น	ซ	้
ื	ท	ะ	ื	ณ	ถ	อ	ณ	ณ	็	ผ	ษ	ล	น
อ	ด	ภ	่	า	ร	บ	ฝ	ย	ช	ง	ป	ล	า
ฝ	ช	เ	ม	เ	ค	ร	ื	่	อ	ง	เ	ท	ศ

เครื่องดื่ม
เค้ก
เก้าอี้
อร่อย
อาหารเย็น
ไข่
ปลา
ส้อม
ผลไม้
น้ำแข็ง

อาหารกลางวัน
สลัด
เกลือ
ซุป
เครื่องเทศ
ช้อน
ผัก
บริกร
น้ำ

29 - Geology

เ	ภ	ฝ	ศ	ป	ย	ข	ต	◌ุ	า	ธ	◌่	ร	แ
ค	ก	ท	ะ	◌ี	ช	◌ั	◌้	น	ศ	ด	ะ	◌่	ค
ป	ว	ล	า	ว	ไ	ก	เ	ซ	อ	ร	◌์	อ	ล
ะ	ค	อ	◌ื	ท	า	ง	ล	า	แ	ก	ไ	น	เ
ก	ร	ห	ท	อ	◌ื	พ	า	า	ศ	ไ	น	น	ซ
า	◌ิ	◌ิ	ก	ซ	น	◌่	ฟ	อ	ส	ซ	◌ิ	ล	◌ื
ร	ส	น	บ	ต	◌์	ช	ร	ค	ห	ไ	ห	ล	ย
◌้	ต	ย	ผ	แ	ย	ผ	ถ	า	ว	า	ล	จ	ม
ง	◌้	◌้	ศ	ะ	ท	ษ	ด	ป	บ	ฝ	ค	ไ	ษ
ษ	ล	อ	ญ	ก	ค	น	ก	ร	ส	ส	ถ	◌้	◌ำ
อ	น	ย	แ	ไ	ม	ฟ	ไ	า	ข	เ	◌ู	ภ	ภ
พ	ต	ญ	ฉ	ร	อ	บ	ถ	ร	ะ	ถ	ไ	ง	ข
แ	ผ	◌่	น	ด	◌ิ	น	ไ	ห	ว	ซ	ส	ช	พ
ป	ค	ผ	ป	ฉ	พ	ม	ซ	ห	บ	ม	ด	ร	แ

กรด
แคลเซียม
ถ้ำ
ทวีป
ปะการัง
คริสตัล
รอบ
แผ่นดินไหว
ร่อน
ฟอสซิล

ไกเซอร์
ลาวา
ชั้น
แร่ธาตุ
ที่ราบสูง
ควอทซ์
เกลือ
หินย้อย
หิน
ภูเขาไฟ

30 - House

ร	อ็	อ	จ	เ	น	อิ	อ์	ร	อ	ฟ	เ	ม	ศ
ห	อ้	อ	ง	ส	ม	อฺ	ด	ง	อั	อำ	เ	ไ	ร
ค	ร	อั	ว	ก	น	า	ม	อ่	า	อ้	ผ	ภ	ณ
ห	อ้	อ	ง	ฉ	น	ม	ต	ว	า	น	ว	ส	ช
ห	น	อ้	า	ต	อ่	า	ง	ข	ธ	บ	ะ	น	า
ด	ล	แ	ม	ว	ห	ศ	ห	อ	ท	า	เ	ม	า
า	ค	ง	ล	อั	ห	ต	อ้	ไ	ง	อ	อ้	ห	ถ
ว	ก	ไ	ญ	ผ	ผ	เ	ด	ษ	น	ข	ณ	ผ	พ
ก	ถ	ร	ง	ร	โ	ต	ห	ล	อั	ง	ค	า	อื
อ้	ห	ซ	ะ	ร	ไ	า	ม	ย	ฟ	ป	อั	ก	อ้
ม	ษ	ภ	ท	จ	ผ	ผ	น	อ์	ม	บ	ฉ	น	น
ไ	ด	ร	า	ส	ก	อิ	พ	อื	ง	ฟ	ช	ภ	ผ
ล	แ	ฟ	น	ก	ก	ง	โ	ค	ม	ไ	ฟ	ษ	ท
ศ	แ	า	ญ	ป	ร	ะ	ต	อู	ไ	ฉ	ไ	น	ง

ห้องใต้หลังคา   คีย์

ไม้กวาด   ครัว

ผ้าม่าน   โคมไฟ

ประตู   ห้องสมุด

รั้ว   กระจก

เตาผิง   หลังคา

พื้น   ห้อง

เฟอร์นิเจอร์   อาบน้ำ

โรงรถ   ผนัง

สวน   หน้าต่าง

31 - Physics

คา ภ ◌ฺ น อ ส ◌ึ๊ ต ร ◌ื ม ค เ
ะ ว พ ไ ฝ ข ว ◌็๊ ร เ ม า ว ค
ท า า ล ข ศ ญ บ บ ธ ช ย า ร
ค ศ ส ม ส า ก ล ส ด เ ห ม ◌ื
พ ห ว อ ว ค ว า ม ถ ◌ี ◌่ ห ◌่
ใ ง ไ ต ล ◌ฺ ก ล เ ม โ แ น อ
อ ต ศ ะ ส ต ◌่ ล ป ง บ ม า ง
ธ า ธ อ ล ญ ล น ก ด พ ◌่ แ ย
ก า ร ท ด ล อ ง ว ย ค เ น น
แ ก ◌ึ๊ ส ป ช ป ต ป า ใ ห ◌่ ต
ส ◌ั ม พ ◌ั ท ธ ภ า พ ย ล น ◌์
ม น ◌ิ ว เ ค ล ◌ี ย ร ◌่ ◌็ ถ ด
เ ว ก ล ศ า ส ต ร ◌์ อ ก ก ญ
ร ข ล อ ◌ิ เ ล ◌็ ก ต ร อ น ป

อะตอม	แม่เหล็ก
ความวุ่นวาย	มวล
เคมี	กลศาสตร์
ความหนาแน่น	โมเลกุล
อิเล็กตรอน	นิวเคลียร์
เครื่องยนต์	อนุภาค
การทดลอง	สัมพัทธภาพ
สูตร	ความเร็ว
ความถี่	สากล
แก๊ส	

32 - Coffee

บ	ภ	ใ	ต	ก	เ	เ	ท	ท	ณ	ฟ	ฟ	ร	เ
ไ	ด	ฝ	ป	แ	ว	ง	ช	อี	ฝ	ว	ฉ	ส	ณ
ไ	น	ณ	ะ	ธ	ใ	ง	ภ	ั้	่	ส	ข	ช	จ
ผ	อี	ภ	ป	ฝ	ส	ไ	ภ	ย	า	ม	ล	า	ญ
ข	อ	ง	เ	ห	ล	ว	ซ	ษ	ค	ข	า	ต	น
ก	ฟ	อ	ญ	ง	ถ	ั้	ว	ย	า	า	ต	ิ	ก
ล	เ	ร	ธ	จ	ด	ย	า	ว	ร	ฟ	ำ	ะ	ล
ย	า	ก	พ	จ	ด	า	ฝ	อ	า	ป	ั้	ค	ิ
ป	ค	จ	ค	ไ	พ	ภ	ำ	ั้	น	ใ	น	ร	่
เ	ค	ร	อี	่	อ	ง	ด	อี	่	ม	บ	อี	น
บ	ด	ด	อี	่	ม	ย	ี	พ	ป	ใ	ณ	ม	ห
ฉ	ะ	า	ฟ	พ	ต	ช	ส	ท	ท	ค	อ	ใ	อ
ฉ	เ	ย	ณ	ภ	ณ	ศ	จ	น	ไ	ษ	ป	แ	ม
ข	ย	า	ล	ห	ก	า	ล	ห	ม	า	ว	ค	อ

กลิ่นหอม　　　　　　ของเหลว
เครื่องดื่ม　　　　　นม
ขม　　　　　　　　เช้า
สีดำ　　　　　　　ที่มา
คาเฟอีน　　　　　　ราคา
ครีม　　　　　　　น้ำตาล
ถ้วย　　　　　　　ดื่ม
กรอง　　　　　　　ความหลากหลาย
รสชาติ　　　　　　น้ำ
บด

33 - Scientific Disciplines

ง	ฟ	ภ	ค	ดิ	ท	น	รี	ว	ดิ	ท	ย	า	ล
ค	ค	พ	า	ย	ท	ดิ	ว	ท	า	ส	ะ	ร	ป
น	รี	ฉ	ย	ษ	ก	ล	ศ	า	ส	ต	ร	์	ช
ซ	ด	ด	ท	ถ	า	ภ	ท	ฟ	ษ	จ	ณ	ศ	รี
์	ค	น	ว	า	ย	ศ	ณ	ช	ร	แ	ธ	ไ	ว
ร	ณ	ป	ดิ	ย	ท	ข	า	ฝ	น	ไ	ย	แ	ว
ต	า	ม	่	ท	ว	า	แ	ส	ส	ไ	ท	เ	ดิ
ส	ร	รี	ร	ว	ดิ	ท	ย	า	ต	ถ	ล	ป	ท
า	บ	ค	แ	ดิ	ม	ซ	ม	ท	ข	ร	ค	เ	ย
ศ	โ	เ	ง	รี	ค	ส	แ	จ	ว	ซ	์	ค	า
ษ	ช	ว	ญ	ณ	ง	ร	แ	ถ	ช	ดิ	ค	ม	ผ
ก	ศ	รี	า	ร	์	ห	ค	ธ	ถ	ล	ต	รี	ร
ฤ	ท	ช	ว	ธ	ส	ธ	ห	น	ช	อ	ก	ดิ	แ
พ	ด	ษ	ข	ห	โ	ภ	ช	น	า	ก	า	ร	จ

โบราณคดี	กลศาสตร์
ชีวเคมี	แร่วิทยา
ชีววิทยา	ประสาทวิทยา
พฤกษศาสตร์	โภชนาการ
เคมี	สรีรวิทยา
ธรณีวิทยา	จิตวิทยา
คิทนีวิทยา	สังคมวิทยา
ภาษาศาสตร์	

34 - Science

ห	ย	ล	ดุ	ก	ล	เ	ม	โ	จ	อ	ล	ต	แ
ฝ	ต	ธิ	ธ	พ	ห	ก	ค	ด	ธ	น	ว	แ	ร
ค	ห	ซ	ภ	ร	พ	ย	ฟ	ม	ณ	ดุ	ธิ	ศ	ง
ข	ข	ส	ธ	ห	ร	ป	ย	ส	กี	ภ	ว	แ	โ
ว	ม	อ	ต	ะ	อ	ม	ว	จ	ภ	ภ	ธั	ร	น
ญ	ญ	ฟ	ว	ธิ	ธ	งี	ช	งี	พ	ค	ฒ	ธ่	ธ้
ฝ	ฉ	า	จ	พ	ผ	น	ไ	า	ผ	ช	น	ธ	ม
ต	ก	เ	ง	ธั	ส	ร	า	ก	ต	ศ	า	า	ถ
ฟ	ธิ	ส	ธิ	ก	ส	ธ์	ผ	ฐ	ญ	ธิ	ก	ต	ธ
ต	ว	ธิ	ช	งี	ม	งี	ง	ธ่	ธิ	ส	า	ดุ	ว
ภ	ดุ	ม	ธิ	อ	า	ก	า	ศ	ป	ต	ร	ก	ง
ย	ฟ	า	ต	ถ	ฝ	ษ	ต	ข	ธั	อ	ม	ดู	ล
ก	า	ร	ท	ด	ล	อ	ง	ม	จ	ศ	ซ	ม	บ
ข	ธ้	อ	เ	ท	ธ็	จ	จ	ร	ธิ	ง	ห	ค	ส

อะตอม	วิธี
เคมี	แร่ธาตุ
ภูมิอากาศ	โมเลกุล
ข้อมูล	ธรรมชาติ
วิวัฒนาการ	การสังเกต
การทดลอง	สิ่งมีชีวิต
ข้อเท็จจริง	อนุภาค
ฟอสซิล	ฟิสิกส์
แรงโน้มถ่วง	พืช
สมมติฐาน	

35 - Beauty

ล ส ไ ต ล ิ ส ต ์ ห ส ไ เ ผ
จ ิ ม ไ แ ช ม พ ู ์ ฝ ี ก ล
บ ณ ป ก ร ะ จ ก ะ ่ ณ ห ร ิ
ท จ ฝ ส แ ต ่ ง ห น ้ า ซ ต
ค า ญ ผ ต ญ ส ซ ร ส ผ ง บ ภ
ด ว ิ ผ ผ ิ ภ ะ ถ เ ถ ณ ร ์
ช ส า จ ศ ร ก ไ ร ร ก ภ ิ ณ
ห ง ่ ม อ ห น ่ ิ ล ก น ก ฑ
ย ่ ร เ ง ค ไ ล ซ ต ห ้ า ์
ิ า า พ ย ด ล ญ ญ ง ส ำ ร จ
ก ษ ค ล เ น ง ภ บ ค ด ม ล ศ
เ ข ส ป ร ุ ย า ่ ถ ค ้ อ ไ
ม ญ า จ ต แ แ ร ม อ ด น จ า
ศ ม ม ฟ ษ ะ ท ฝ ไ ช ไ ย บ ษ

เสน่ห์	กระจก
สี	น้ำมัน
หยิก	ถ่ายรูป
ความงดงาม	ผลิตภัณฑ์
สง่า	กรรไกร
กลิ่นหอม	บริการ
เกรซ	แชมพู
ลิปสติก	ผิว
แต่งหน้า	สไตลิสต์
มาสคาร่า	

36 - Clothes

ว	ฝ	ด	ย	ช	เ	ผ	น	ส	ม	า	ข	ธ	ม
พ	ก	ศ	อี	ถ	ส	อั	ง	ร	ป	โ	ะ	ร	ก
ห	ส	ณ	น	ร	อื	า	ท	อั	เ	ง	อุ	ถ	ร
ณ	ม	ส	ส	อ	อั	ก	ฟ	อ	ม	อื	ง	อุ	ถ
ป	ว	ว	อ่	ง	อ	อั	ส	ย	พ	ะ	ะ	ณ	ว
ป	ล	ษ	ก	เ	โ	น	ด	ข	อั	ม	อ็	ข	เ
ฉ	ผ	ซ	แ	ท	ค	เ	ป	อ้	เ	ผ	แ	ฟ	ญ
ช	อุ	ด	ส	อั	อั	ป	ธ	อ	ย	อั	ฟ	ผ	ส
ฟ	จ	น	ร	า	ท	อื	ผ	ม	ถ	า	ช	ศ	ถ
ก	า	ง	เ	ก	ง	อั	ผ	อื	ฝ	พ	อั	ญ	ธ
ช	ก	จ	ว	ป	ะ	อ	อ	อ	ภ	อั	อ่	ฝ	ษ
น	ป	ส	น	น	อ	น	ด	อุ	ช	น	น	ผ	า
เ	ส	อื	อั	อ	ก	ต	ก	อ็	เ	ค	อ็	จ	แ
ร	อ	ง	เ	ท	อั	า	แ	ต	ะ	อ	ก	ฟ	ถ

ผ้ากันเปื้อน	ยีนส์
เข็มขัด	ชุดนอน
สร้อยข้อมือ	กางเกง
เสื้อโค้ท	รองเท้าแตะ
ชุด	ผ้าพันคอ
แฟชั่น	เสื้อ
ถุงมือ	รองเท้า
หมวก	กระโปรง
แจ็คเก็ต	ถุงเท้า

37 - Insects

ณ	ต	ร	ค	ซ	พ	ท	ไ	ะ	ย	ต	ห	เ	น
ป	า	ท	ั	ง	ก	า	ด	ม	อ	ซ	า	ต	ธ
ง	ฝ	บ	ล	ุ	ง	ว	้	ด	อ	ม	ฝ	่	ฟ
จ	ไ	ะ	ล	ย	แ	ม	ล	ง	ส	า	บ	า	ธ
ม	แ	ฝ	ศ	ข	น	ค	ข	ป	ง	ด	็	ท	ช
แ	ม	ล	ง	ป	อ	อ	ภ	า	จ	แ	ห	อ	ธ
ต	พ	อ	แ	ต	น	ไ	ฟ	ไ	้	ว	เ	ง	ล
ผ	พ	ส	ฉ	ล	ห	ง	ร	ษ	ก	ฝ	ง	ม	ด
ว	ื	ื	ม	ะ	ข	ฝ	พ	ญ	จ	ค	ห	ฟ	จ
ย	ค	้	ด	ไ	ด	ท	ซ	อ	ั	ฝ	ศ	ล	ด
ธ	ช	เ	ง	ว	บ	น	อ	อ	่	ว	ั	ต	ท
ต	ก	ี	อ	ม	ะ	น	ต	แ	น	ต	แ	ง	ก
ฉ	ส	ผ	ต	ั	็	ก	แ	ต	น	บ	ด	ค	ว
ย	ด	ษ	ษ	เ	พ	ล	ี	้	ย	ผ	ช	บ	ท

มด	แตน
เพลี้ย	เต่าทอง
ผึ้ง	ตัวอ่อน
ด้วง	ปาทังกา
ผีเสื้อ	กงแตนแตน
จักจั่น	ยุง
แมลงสาบ	มอด
แมลงปอ	ปลวก
เห็บ	ต่อ
ตั๊กแตน	หนอน

38 - Astronomy

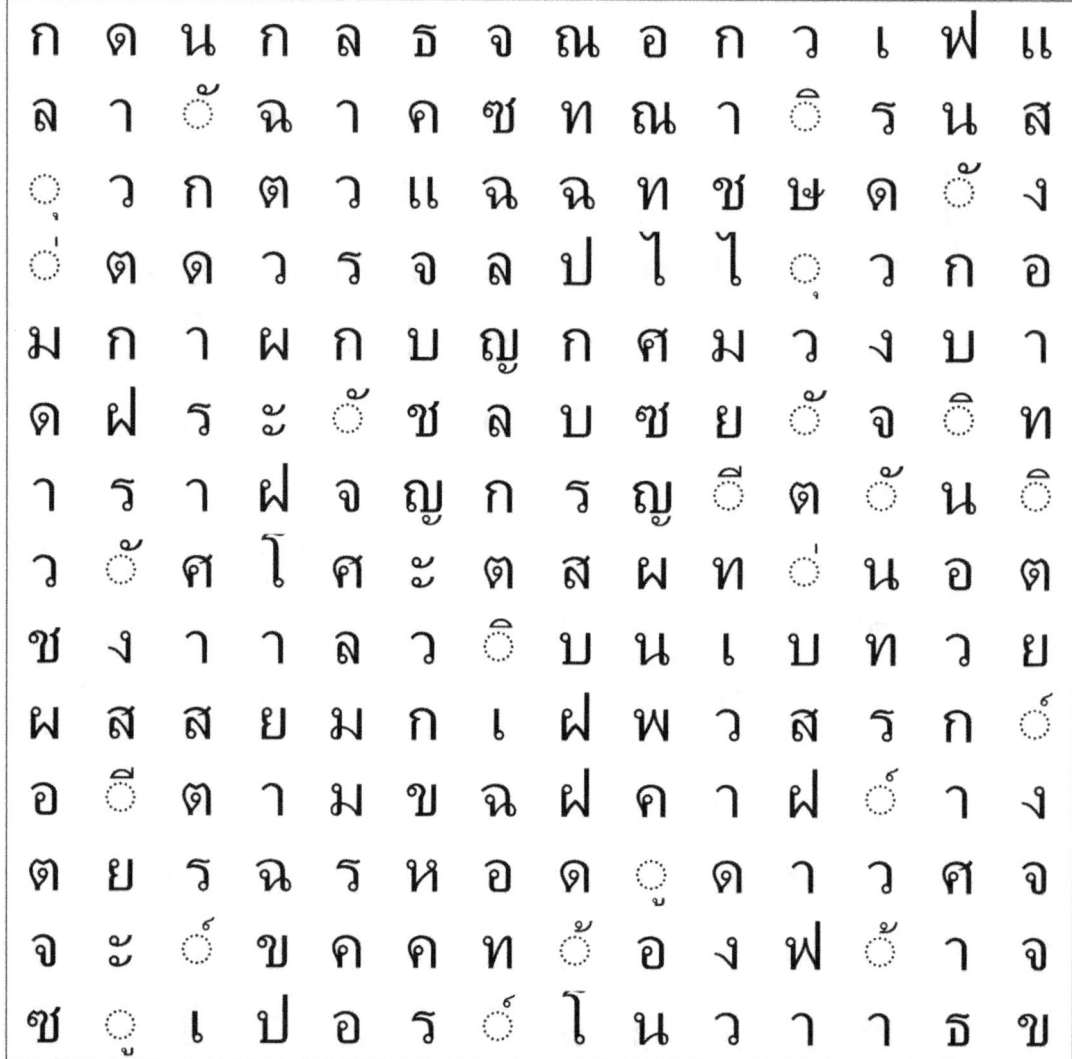

นักบินอวกาศ
นักดาราศาสตร์
กลุ่มดาว
โลก
คราส
วิษุวัต
กาแลกซี่
ดาวตก
ดวงจันทร์

เนบิวลา
หอดูดาว
รังสี
จรวด
ดาวเทียม
ท้องฟ้า
แสงอาทิตย์
ซูเปอร์โนวา
จักรวาล

39 - Health and Wellness #2

ค	ซ	จ	ก	แ	ค	ล	อ	ร	ื	อ่	ถ	ฉ	แ
ว	ร	า	ก	า	โ	ภ	ช	น	า	ก	า	ร	ข
า	ร	โ	า	ก	ร	พ	้	แ	ม	ิ	ู	ภ	ึ
ม	อ	ว	ร	า	์	ต	ล	ผ	ห	บ	เ	ถ	ง
ก	า	ิ	ค	ร	ต	จ	ิ	ั	ไ	ะ	ฟ	เ	แ
ร	ห	ต	า	ก	ส	ท	ญ	ด	ง	ข	จ	ศ	ร
ะ	า	า	ย	ุ	า	ง	ย	ญ	เ	ง	แ	ท	ง
ห	ร	ม	น	้	ศ	ป	น	ว	ด	ช	า	ท	ญ
า	ย	ิ	้	ค	ธ	ห	ห	ไ	ษ	ะ	ื	น	ย
ย	ไ	น	ำ	ื	ุ	ก	ก	น	ั	ห	ำ	้	น
ถ	ไ	เ	จ	น	น	ย	า	์	ณ	ม	ร	า	อ
ก	ค	น	ย	ม	ั	า	น	อ	ข	ุ	ส	ห	ร
ล	า	บ	า	พ	ง	ร	โ	ส	ภ	ต	ข	ไ
ค	ว	า	ม	เ	ค	ร	ี	ย	ด	อ	ื	ล	เ

ภูมิแพ้   โรงพยาบาล
ความกระหาย   สุขอนามัย
เลือด   การติดเชื้อ
แคลอรี่   นวด
การคายน้ำ   อารมณ์
อาหาร   โภชนาการ
โรค   การกู้คืน
พลังงาน   ความเครียด
พันธุศาสตร์   วิตามิน
แข็งแรง   น้ำหนัก

40 - Time

ท	ว	เ	ท	ี	่	ย	ง	ะ	ษ	า	์	ช	เ
ใ	ศ	์	ม	อ	ช	ซ	ศ	เ	ว	ใ	ป	ผ	ด
ข	ต	ว	น	ย	ภ	ะ	อ	แ	ฝ	ภ	ด	น	ื
ว	์	น	ร	น	น	า	ท	ี	ต	ค	า	น	อ
ช	ม	ว	า	ร	ี	ป	ำ	จ	ะ	ร	ป	ท	น
์	ฟ	บ	ฉ	ะ	ษ	้	ื	น	น	อ	ต	บ	เ
่	ศ	ต	ว	ร	ร	ษ	ฝ	ณ	ป	ศ	ห	ห	ม
ว	ว	น	ห	ใ	น	ไ	ม	่	ช	้	า	ก	ื
โ	ส	ป	อ	์	น	ป	ฏ	ิ	ท	ิ	น	ล	่
ม	แ	ก	ช	ธ	า	ล	ถ	ร	ย	ม	ณ	า	อ
ง	ต	่	ท	ค	ฬ	ด	ม	ซ	ธ	ช	ใ	ง	ว
ะ	ถ	อ	ส	ย	ิ	ะ	ป	ท	ศ	ถ	า	ค	า
ป	ี	น	ง	พ	ก	ฟ	ช	์	ฟ	ไ	ส	ื	น
อ	ง	า	ข	ญ	า	ฉ	บ	ค	ส	ะ	ช	น	น

ประจำปี
ก่อน
ปฏิทิน
ศตวรรษ
นาฬิกา
วัน
ทศวรรษ
อนาคต
ชั่วโมง
นาที

เดือน
เช้า
กลางคืน
เที่ยง
ตอนนี้
ในไม่ช้า
วันนี้
สัปดาห์
ปี
เมื่อวาน

41 - Buildings

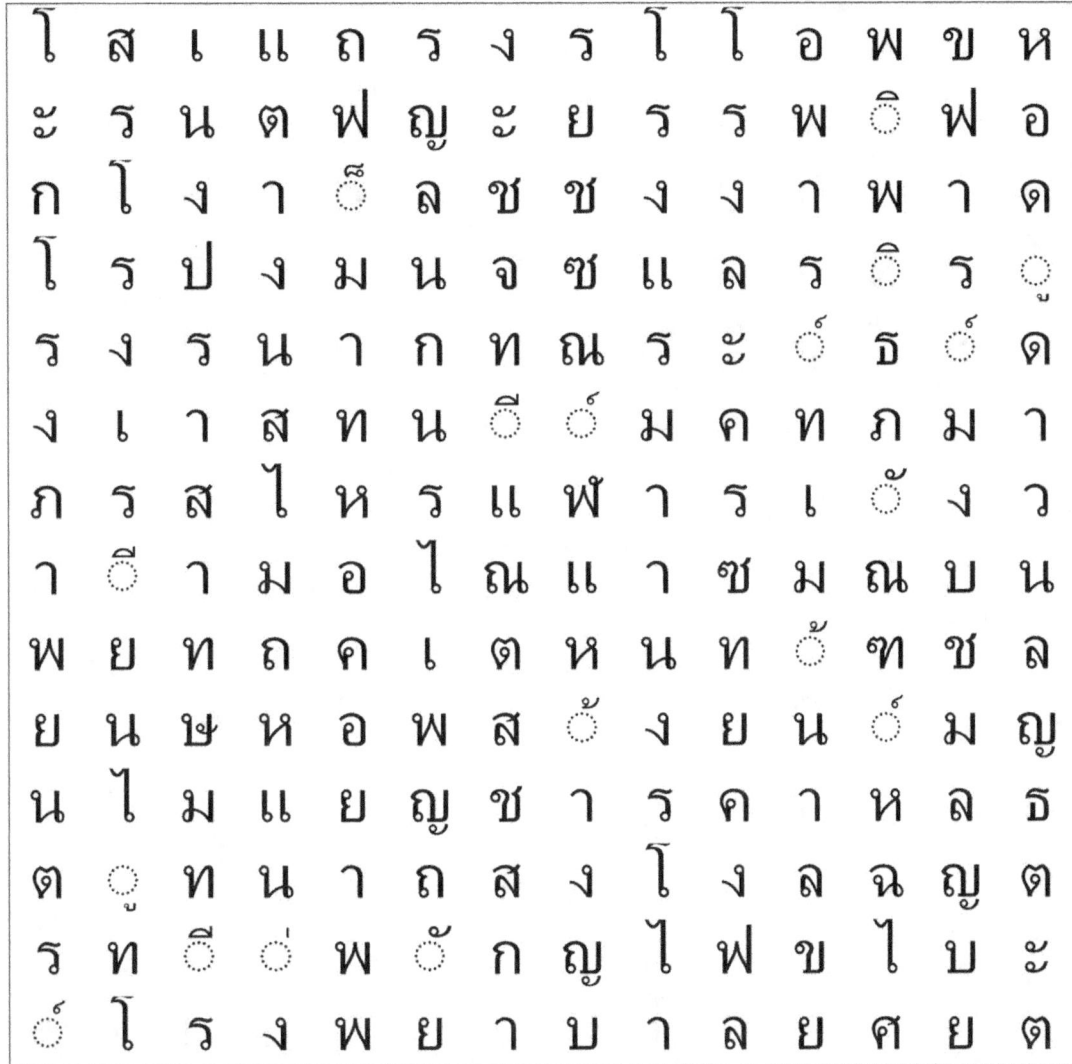

โ	ส	เ	แ	ถ	ร	ง	ร	โ	โ	อ	พ	ข	ห
ะ	ร	น	ต	ฟ	ญ	ะ	ย	ร	ร	พ	ิ	ฟ	อ
ก	โ	ง	า	็	ล	ช	ช	ง	ง	า	พ	า	ด
โ	ร	ป	ง	ม	น	จ	ซ	แ	ล	ร	ิ	ร	ุ
ร	ง	ร	น	า	ก	ท	ณ	ร	ะ	์	ธ	์	ด
ง	เ	า	ส	ท	น	ี	์	ม	ค	ท	ภ	ม	า
ภ	ร	ส	ไ	ห	ร	แ	ฟ	า	ร	เ	ั	ง	ว
า	ี	า	ม	อ	ไ	ณ	แ	า	ซ	ม	ณ	บ	น
พ	ย	ท	ถ	ค	เ	ต	ห	น	ท	้	ฑ	ช	ล
ย	น	ษ	ห	อ	พ	ส	้	ง	ย	น	์	ม	ญ
น	ไ	ม	แ	ย	ญ	ช	า	ร	ค	า	ห	ล	ธ
ต	ุ	ท	น	า	ถ	ส	ง	โ	ง	ล	ฉ	ญ	ต
ร	ท	ี	์	พ	ั	ก	ญ	ไ	ฟ	ข	ไ	บ	ะ
์	โ	ร	ง	พ	ย	า	บ	า	ล	ย	ศ	ย	ต

อพาร์ทเม้น   ที่พัก
โรงนา   โรงแรม
ห้าง   พิพิธภัณฑ์
ปราสาท   หอดูดาว
โรงภาพยนตร์   โรงเรียน
สถานทูต   สนามกีฬา
โรงงาน   เต็นท์
ฟาร์ม   โรงละคร
โรงรถ   หอคอย
โรงพยาบาล

42 - Philanthropy

ค	ค	เ	ป	้	า	ห	ม	า	ย	ก	ก	ด	ก
ว	ศ	ว	ณ	น	ุ	ท	ง	อ	ก	า	เ	ท	า
า	ต	ิ	า	ช	ย	ษ	ุ	น	ม	ร	พ	ต	ร
ม	ท	ส	ง	ม	ภ	ม	ษ	แ	ผ	ก	อ	้	เ
เ	ล	้	ฉ	ุ	ซ	า	แ	ท	ซ	่	ต	อ	ง
อ	ก	ร	่	ช	อ	ี	ร	ล	ภ	ศ	ิ	ง	ิ
ี	ม	ฝ	ณ	ว	ม	ใ	่	ก	ผ	ล	ด	ก	น
้	น	ก	เ	า	โ	ฟ	เ	อ	ิ	ศ	ต	า	ช
อ	ก	ล	ุ	่	ม	ล	ซ	ย	ส	จ	่	ร	ว
อ	บ	ร	ิ	จ	า	ค	ก	น	ฝ	้	อ	ษ	า
า	ค	ว	า	ม	ท	้	า	ท	า	ย	ต	ณ	ย
ท	ะ	ส	า	ธ	า	ร	ณ	ะ	ล	ม	ว	ย	เ
ร	์	ต	ส	า	ศ	ต	ิ	ั	ว	ะ	ร	ป	์
ผ	ุ	้	ค	น	โ	ป	ร	แ	ก	ร	ม	า	เ

ความท้าทาย	กลุ่ม
การกุศล	ประวัติศาสตร์
ชุมชน	ความซื่อสัตย์
ติดต่อ	มนุษยชาติ
บริจาค	ภารกิจ
การเงิน	ต้องการ
กองทุน	ผู้คน
ความเอื้ออาทร	โปรแกรม
ทั่วโลก	สาธารณะ
เป้าหมาย	เยาวชน

43 - Herbalism

เ	ป	ฝ	ป	ม	ศ	ฉ	ถ	ผ	า	ว	ผ	ผ	ช
ส	ม	อ	ห	ล	ป	เ	ถ	ย	เ	ก	อั	ถ	ส
อ	อ่	อ็	ห	ม	อุ	ภ	ด	อ้	ม	ไ	ก	อ	ด
อ	อ์	ว	ด	ษ	เ	ก	ส	ว	น	ฟ	ช	ต	ะ
ร	ร	ย	น	ย	ถ	ฝ	ไ	ธ	ค	ต	อี	โ	ร
อิ	อ	อี	พ	ผ	อี	ษ	ว	ซ	ฟ	อ์	ฝ	ห	ส
ก	ด	ข	น	ข	ส	อ่	ส	ว	ฟ	น	ร	ร	ช
า	เ	เ	ธ	ซ	บ	ม	ห	ย	น	อิ	อั	ะ	า
โ	น	ม	ร	แ	จ	โ	อ์	ร	า	ม	อ่	พ	ต
น	ว	อ	ป	ธ	ง	ล	บ	แ	อ่	ข	ง	า	อิ
อ่	เ	ภ	อ	ป	น	ร	อั	อ่	ฝ	า	อ้	ญ	ห
ก	า	ร	ท	อำ	อ	า	ห	า	ร	ร	ค	ณ	ผ
ง	ล	เ	ป	อ็	น	ป	ร	ะ	โ	ย	ช	น	อ์
ป	ช	ก	ไ	ช	ม	โ	ร	ส	แ	ม	ร	อี	อ่

หอม	ส่วนผสม
โหระพา	ลาเวนเดอร์
เป็นประโยชน์	มาร์โจแรม
การทำอาหาร	มินต์
เม็ดยี่หร่า	ออริกาโน่
รสชาติ	ผักชีฝรั่ง
ดอกไม้	ปลูก
สวน	โรสแมรี่
เขียว	หญ้าฝรั่น

44 - Vehicles

เครื่องบิน

รถพยาบาล

จักรยาน

เรือ

รถเมล์

รถ

คาราวาน

เฮลิคอปเตอร์

เครื่องยนต์

แพ

จรวด

สกู๊ตเตอร์

กระสวย

เรือดำน้ำ

รถไฟใต้ดิน

แท็กซี่

ยาง

รถแทรกเตอร์

รถบรรทุก

45 - Flowers

แ	โ	ศ	ฟ	จ	ค	ซ	ธ	น	ล	ม	อ่	ว	ง
แ	ด	ค	เ	โ	ล	ท	ล	บ	อิ	ะ	อี	บ	ป
ท	ง	น	ล	ธ	บ	ถ	า	ก	ล	ป	ซ	า	อ์
เ	ท	ร	ด	เ	ธ	ต	ษ	ซ	ล	อ๊	ด	ล	ร
ส	ผ	ข	ย	อิ	ว	ถ	อั	ส	อี	อ	เ	ห	อ
า	บ	ช	ธ	ล	ไ	อ	ค	อ๎	อ่	ป	พ	อฺ	ด
ว	อ	ณ	ท	ะ	แ	ล	ร	แ	น	ป	ก	ก	ิ
ร	น	ฟ	ต	ม	น	ร	อ์	บ	อี	ล	ก	น	น
ส	จ	ภ	น	ย	ถ	ว	ะ	อ	ป	อ้	อ้	จ	ว
ช	อ่	อ	ด	อ	ก	ไ	ม	อ้	น	ฟ	ว	ส	เ
แ	ม	ก	โ	น	เ	ล	อี	ย	ท	ห	ย	ษ	า
ด	อ	ก	ท	า	น	ต	ะ	ว	อั	น	ไ	จ	ล
ด	า	ว	เ	ร	อื	อ	ง	ล	ก	น	ม	ษ	ข
พ	ฉ	ส	เ	ล	ท	อิ	ว	ล	อิ	ป	อ้	ไ	บ

ช่อดอกไม้	ลิลลี่
ดาวเรือง	แมกโนเลีย
โคลเวอร์	กล้วยไม้
เดซี่	เสาวรส
แดนดิไลออน	โบตั๋น
พุด	กลีบ
ชบา	ป๊อปปี้
มะลิ	กุหลาบ
ลาเวนเดอร์	ดอกทานตะวัน
ม่วง	ทิวลิป

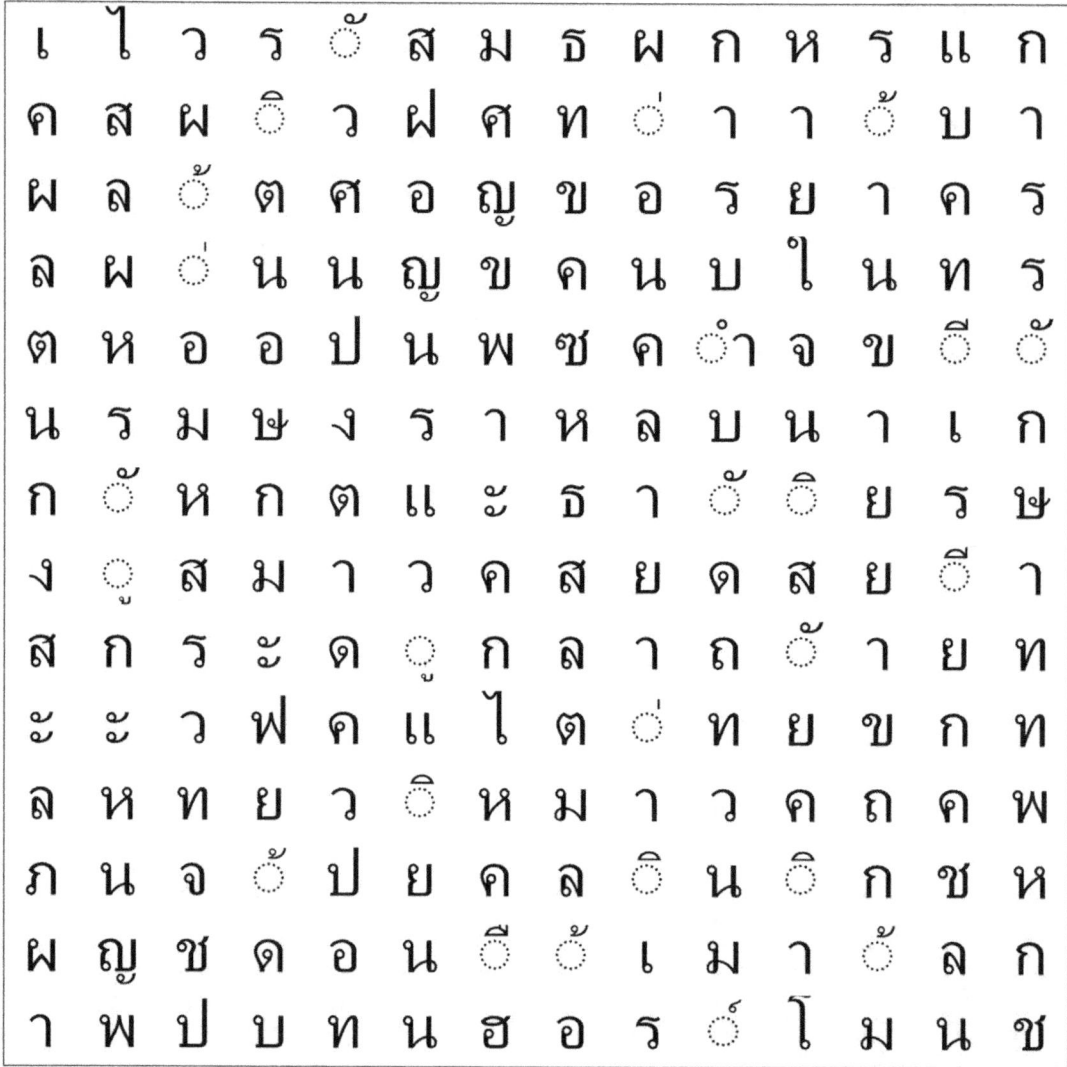

คล่องแคล่ว	กล้ามเนื้อ
แบคทีเรีย	เส้นประสาท
กระดูก	ร้านขายยา
คลินิก	สะท้อน
หมอ	ผ่อนคลาย
แตกหัก	ผิว
นิสัย	การบำบัด
ความสูง	หายใจ
ฮอร์โมน	การรักษา
ความหิว	ไวรัส

47 - Town

แ	ภ	ธ	า	ป	่	ก	ว	พ	น	ด	ค	ร	ค
โ	ร	ง	เ	ร	ี	ย	น	ิ	ส	อ	า	้	ล
ม	ว	ซ	ง	า	ร	ส	ส	พ	น	ก	เ	า	ิ
ต	แ	อ	ฝ	ค	อ	น	ว	ิ	า	ไ	ฟ	น	น
โ	อ	ส	พ	า	ล	า	น	ธ	ม	ม	่	ข	ิ
ข	ร	ี	ส	น	เ	ม	ส	ภ	ก	้	ี	า	ก
ฟ	ว	ง	ป	ธ	ล	บ	ั	ั	ี	ด	ร	ย	โ
ว	ญ	น	ล	ภ	ก	ิ	ต	ณ	พั	ี	อ	ย	ร
น	เ	้	ต	ะ	แ	น	ว	ฑ	า	ย	ก	า	ง
ฝ	ค	ห	จ	ล	ค	ไ	์	์	ก	ษ	เ	ย	แ
เ	ะ	น	ต	เ	า	ร	ร	้	า	น	บ	ญ	ร
ง	ท	า	ผ	ย	ศ	ด	ป	ค	ว	ถ	เ	ษ	ม
ไ	ธ	้	ม	ห	า	ว	ิ	ท	ย	า	ล	้	ย
ณ	เ	ร	ห	้	อ	ง	ส	ม	ุ	ด	อ	ณ	แ

สนามบิน
เบเกอรี่
ธนาคาร
ร้านหนังสือ
คาเฟ่
คลินิก
ดอกไม้ดี
แกลเลอรี่
โรงแรม
ห้องสมุด

ตลาด
พิพิธภัณฑ์
ร้านขายยา
โรงเรียน
สนามกีฬา
ร้าน
โรงละคร
มหาวิทยาลัย
สวนสัตว์

48 - Antarctica

ก	า	ร	โ	ย	ก	ย	้	า	ย	ท	า	อ	ภ
น	ห	ม	ู	่	เ	ก	า	ะ	ป	ว	ไ	ุ	ู
ภ	ฺ	ม	ิ	ป	ร	ะ	เ	ท	ศ	ี	น	ณ	ม
ช	ณ	ส	ไ	ฝ	ใ	แ	และ	ด	ป	ร	ห	ิ	
ก	า	ร	อ	น	ุ	ร	ั	ก	ษ	์	์	ภ	ศ
ค	ว	ใ	เ	น	ั	ก	ว	ิ	จ	้	ย	ู	า
ะ	า	อ	ม	ซ	พ	ซ	ส	ะ	ะ	ต	ี	ม	ส
ธ	่	บ	ฆ	โ	ค	ฟ	ะ	ร	ภ	ข	ซ	ิ	ต
ห	อ	น	ส	น	้	ำ	แ	ข	็	ง	เ	ญ	ร
แ	ะ	ก	้	ม	ศ	ท	ณ	ุ	ส	ต	า	เ	์
ฉ	จ	ไ	อ	ำ	ุ	ณ	ม	ร	ม	ข	ล	ส	ผ
ข	ธ	ย	ส	ล	จ	ท	ธ	ข	ส	บ	ก	ฉ	ข
ง	า	ท	น	ิ	ด	เ	ร	า	ก	ง	ศ	ว	ณ
ส	ิ	่	ง	แ	ว	ด	ล	้	อ	ม	เ	ษ	ม

อ่าว	น้ำแข็ง
นก	หมู่เกาะ
เมฆ	การโยกย้าย
การอนุรักษ์	คาบสมุทร
ทวีป	นักวิจัย
โคฟ	ขรุขระ
สิ่งแวดล้อม	อุณหภูมิ
การเดินทาง	ภูมิประเทศ
ภูมิศาสตร์	น้ำ
กลาเซียร์	

49 - Ballet

ท	เ	ม	น	ข	ข้	ม	ข้	ข	เ	ม	า	ว	ค
ว	อ่	ด	ไ	ดั	ข	ถ	ผ	เ	ด	า	ษ	ก	ว
พ	ท	า	อี	ก	ก	ง	า	พ	ช	ง	ผ	ล	ศ
ใ	ญ	ว	ท	อ่	ส	เ	ะ	แ	ธ	า	ป	ด้	ซ
แ	ศ	ะ	ข	า	ย	บ	ต	ค	ศ	อ่	บ	า	ซ
ฟ	ธ	ญ	ภ	น	ง	ว	ข	ข้	น	ง	ภ	ม	ส
ว	ษ	อ	น	ช	ะ	อี	ค	ถ	น	ส	ผ	เ	ก
เ	ส	อี	ย	ง	ป	ร	บ	ม	อี	อ	ขู้	น	ญ
ย	ก	ร	ม	ต	ล	ต	บ	อ	ย	ไ	ข้	อื	ธ
ถ	ล	ต	บ	แ	อิ	น	แ	ข้	ผ	ฉ	ช	ข้	ะ
ข	ศ	น	จ	บ	ศ	ด	ป	ซ	ว	ญ	ม	อ	ภ
แ	ส	ด	ง	อ	อ	ก	ขู	จ	ข้	ง	ห	ว	ะ
ห	ง	ง	ป	น	ย	อี	ร	เ	ท	บ	พ	ส	ศ
ฉ	ฟ	ว	ใ	ภ	ณ	บ	เ	ฟ	ท	ขั	ก	ษ	ะ

เสียงปรบมือ   กล้ามเนื้อ
ศิลปะ   ดนตรี
ผู้ชม   วงดนตรี
นักเต้น   ซ้อม
แสดงออก   จังหวะ
ท่าทาง   ทักษะ
สง่างาม   เดี่ยว
ความเข้มข้น   รูปแบบ
บทเรียน

50 - Human Body

ส ข ฉ ก ร ะ ด ◌ู ก ค ฉ ส ภ ง
ม ◌้ ร า ◌ู ล ข ผ ต ◌่ ล ห ไ บ
อ อ ม ป ฝ ม ป ณ เ ข ◌่ า ◌้ ะ
ง ศ ม ◌ื อ ฝ จ ไ ว ◌้ ห ◌้ ด ว
แ อ ร ษ เ น ภ ณ เ ไ ล น ว ไ
ข ก ด ฉ ล ◌ิ า เ ภ ไ เ ห า จ
ผ ด ป ข ◌ื ◌้ ข ณ ท อ ม ษ ธ ว
เ ผ ไ า อ ว ษ ◌้ ผ ◌ิ ว ต ล แ
ว ห า ก ด ษ ช ไ อ ช ธ จ ไ ส
ไ ผ ฝ ร บ ว น ห ท เ ค อ ญ ช
ง ย แ ร แ ศ ธ อ ช ฟ ท แ ช ไ
ข อ า ไ ก า ฉ แ อ ห ต ◌้ ฟ ภ
ฉ ห ◌ู ก ค า ง า ง ส เ ไ า ะ
ธ ท า ร ฝ ข อ ค พ ต ใ ส ป เ

ข้อเท้า	หัว
เลือด	หัวใจ
กระดูก	ขากรรไกร
สมอง	เข่า
คาง	ขา
หู	ปาก
ข้อศอก	คอ
หน้า	จมูก
นิ้ว	ไหล่
มือ	ผิว

51 - Musical Instruments

ด	ห	แ	น	ย	ฝ	ญ	จ	น	ฆ	ค	โ	พ	ไ
ส	ม	ท	ซ	ส	ญ	ญ	บ	ข	ั้	ล	อ	เ	ว
า	า	ง	ู	ก	ล	ร	า	ก	อ	า	โ	ป	โ
ส	ร	อ	ส	จ	โ	น	บ	แ	ง	ร	บ	ี	อ
ล	ิ	ล	า	ฝ	ล	ซ	ค	ญ	ไ	ิ	ก	ย	ล
เ	ม	ก	บ	ณ	ช	ว	โ	ซ	ข	เ	ม	โ	ิ
แ	บ	ต	่	ป	เ	ป	ล	ฟ	แ	น	แ	น	น
ฉ	า	ี	ี	์	ก	ไ	ช	ล	น	็	ม	บ	อ
ฉ	า	้	ป	ร	ค	ี	ะ	ท	บ	ต	น	โ	ข
ก	น	ม	ฟ	า	ะ	เ	ต	ไ	ม	ว	โ	ม	ล
ล	ข	ไ	ฟ	ฮ	อ	ฆ	ช	า	ด	ษ	ด	อ	ฺ
อ	ญ	ฟ	ล	ป	ซ	ณ	้	ล	ร	ะ	ล	ร	่
ง	บ	ล	ศ	ล	ว	ท	ภ	ง	ต	์	ิ	ท	ย
ค	ว	น	ร	ี	ู	บ	ม	ท	แ	ร	น	ก	แ

แบนโจ	ฮาร์ป
ปี่บาสซูน	แมนโดลิน
เชลโล	มาริมบา
ตีระฆัง	โอโบ
คลาริเน็ต	เปียโน
กลอง	แซกโซโฟน
ไม้ตีกลอง	แทมบูรีน
ขลุ่ย	ทรอมโบน
ฆ้อง	แตร
กีตาร์	ไวโอลิน

52 - Fruit

ม	ะ	พ	ร	้	า	ว	น	แ	อ	บ	ธ	เ	ณ
ร	ี	่	์	ร	อ	บ	เ	อ	อ	ง	ุ	่	น
ซ	ม	ญ	พ	เ	ด	เ	ไ	ป	ล	ย	ล	ด	ก
จ	เ	จ	แ	ง	ร	น	ถ	เ	ธ	ม	อ	ม	ล
อ	ร	ข	ก	ก	ะ	ค	ท	ป	ษ	ค	เ	ะ	้
า	เ	ต	ู	ผ	ป	ท	า	ิ	ฝ	ม	ญ	เ	ว
โ	ม	อ	ล	ศ	ป	า	พ	้	ง	พ	ษ	ด	ย
ว	ะ	ไ	ง	่	ั	ร	ฝ	ล	า	ภ	ค	ื	ห
ค	ม	ง	อ	า	ส	ี	ม	ะ	น	า	ว	่	น
า	่	บ	ฝ	ฉ	ย	น	ถ	ก	ต	ส	ช	อ	ผ
โ	ว	ไ	ม	ะ	ล	ะ	ก	อ	ื	ท	ฟ	จ	ด
ด	ง	เ	ช	อ	ร	์	ร	ื	่	ว	ช	ง	ห
ซ	ข	ท	แ	อ	ป	ร	ิ	ค	อ	ท	ื	ฝ	พ
ร	า	ส	เ	บ	อ	ร	์	ร	ี	่	พ	่	ไ

แอปเปิ้ล
แอปริคอท
อาโวคาโด
กล้วย
เบอร์รี่
เชอร์รี่
มะพร้าว
มะเดื่อ
องุ่น
ฝรั่ง

กีวี
มะนาว
มะม่วง
เมลอน
เนคทารีน
มะละกอ
พีช
ลูกแพร์
สัปปะรด
ราสเบอร์รี่

53 - Engineering

ก	ฟ	ค	ั	น	โ	ย	ก	า	ฟ	ต	ค	ค	ต
ข	อ	ง	เ	ห	ล	ว	ภ	เ	ธ	ิ	ผ	ว	ะ
ก	า	ร	ก	ร	ะ	จ	า	ย	ค	ิ	ง	า	ร
โ	ค	ร	ง	ส	ร	้	า	ง	ม	ม	ฺ	ม	ฟ
ง	น	ด	ะ	พ	พ	อ	ต	ญ	ภ	ไ	ย	ม	จ
ซ	ส	ผ	ช	อ	ม	ล	บ	ร	ร	ด	ญ	้	ฟ
ก	ญ	ม	ม	ไ	า	ซ	ั	เ	ต	ั	อ	่	ล
ส	ร	์	ย	ื	ก	เ	ข	ง	ย	ว	ไ	น	ค
ค	ฟ	ญ	ว	ด	ล	ี	ง	อ	ง	ร	แ	ค	ว
ง	ถ	ช	ถ	ธ	ข	ด	ร	ก	ณ	า	ะ	ง	า
แ	ผ	น	ภ	า	พ	ม	แ	ก	จ	ก	น	ญ	ม
เ	ค	ร	ื	่	อ	ง	ย	น	ต	์	ก	ศ	ล
า	ะ	ก	า	ร	ค	ำ	น	ว	ณ	ผ	แ	ถ	ื
ส	ป	ด	ง	า	ร	้	ส	อ	่	ก	ร	า	ก

มุม
แกน
การคำนวณ
การก่อสร้าง
ความลึก
แผนภาพ
ดีเซล
มิติ
การกระจาย
พลังงาน

เกียร์
คันโยก
ของเหลว
การวัด
เครื่องยนต์
แรงขับ
ความมั่นคง
แรง
โครงสร้าง

54 - Kitchen

ก	ฝ	ะ	ต	ช	า	ม	บ	ค	ท	ฝ	ช	ล	ก
า	า	ร	ย	ะ	ว	ฝ	อ	ช	◌ั	ห	◌ั	ห	ศ
ป	ผ	ต	ว	ศ	เ	ฝ	แ	ก	พ	ผ	อ	ฟ	ท
ด	◌ั	ญ	◌ั	ญ	ผ	ก	ใ	อ	พ	ต	น	จ	เ
ช	า	ย	ถ	ม	ห	ก	◌ี	◌ี	◌ี	จ	ป	บ	ง
◌็	ก	◌่	ฟ	ห	น	ผ	ง	ย	ญ	ม	◌ี	ด	อ
เ	◌ั	า	ป	ฝ	◌ิ	◌ั	ด	ห	บ	ล	ะ	ต	◌่
า	น	ง	ป	ฟ	ก	ข	◌ำ	เ	ซ	ศ	ท	ค	◌ี
◌ั	เ	ห	อ	อ	ส	◌ุ	ต	ร	อ	า	ห	า	ร
ผ	ป	ร	ง	ง	อ	ต	◌ุ	◌ั	เ	ย	◌็	น	ค
ง	◌ี	บ	ช	น	ะ	า	ย	ส	◌ั	อ	ม	ซ	เ
ฝ	◌ั	แ	ล	◌ั	อ	ธ	ห	ญ	ะ	ว	ล	ค	ษ
ร	อ	เ	ก	◌ำ	ต	บ	อ	า	ต	เ	ฝ	จ	ว
บ	น	ง	น	ก	ย	ฟ	ร	ด	ร	แ	ใ	ภ	เ

ผ้ากันเปื้อน   ทัพพี
ชาม   ผ้าเช็ดปาก
ตะเกียบ   เตาอบ
ถ้วย   สูตรอาหาร
อาหาร   ตู้เย็น
ส้อม   เครื่องเทศ
ย่าง   ฟองน้ำ
เหยือก   ช้อน
กาต้มน้ำ   กิน
มีด

55 - Government

ร	ฝ	ห	ท	า	ค	ะ	ป	อ	ิ	ส	ร	ะ	ซ
ะ	พ	ช	ญ	น	ู	ม	ร	ร	ธ	ฐ	ั	ร	น
ด	ฝ	ะ	ฉ	้	อ	ถ	ะ	ย	จ	ซ	ก	อ	ถ
ั	ล	ข	น	ห	ด	ธ	ช	ถ	า	ม	ป	ร	ต
บ	อ	ผ	ณ	ว	ศ	ช	า	พ	เ	ม	ส	ไ	ุ
ช	ม	ย	ซ	ั	ฟ	ผ	ธ	ล	ป	ข	ห	จ	ล
า	ม	ธ	่	ห	ล	ฟ	ิ	เ	ร	บ	ต	ฎ	า
ต	ห	อ	ว	า	ภ	ซ	ป	ร	ะ	ร	ั	ฐ	ก
ิ	ข	ล	ฝ	บ	ง	ส	ไ	ื	เ	พ	ช	ซ	า
เ	ส	ร	ื	ภ	า	พ	ต	อ	ท	ก	า	ท	ร
ถ	ผ	ม	ถ	แ	ล	ณ	ย	น	ศ	ห	ศ	ฟ	ว
ค	ว	า	ม	ย	ุ	ต	ิ	ธ	ร	ร	ม	ะ	ต
น	ฝ	ส	ล	ป	ส	ห	ค	ำ	ู	ด	จ	เ
ค	ว	า	ม	เ	ส	ม	อ	ภ	า	ค	ย	ข	ช

พลเรือน	กฎหมาย
รัฐธรรมนูญ	หัวหน้า
ประชาธิปไตย	เสรีภาพ
อย่าง	ประเทศ
เขต	ระดับชาติ
ความเสมอภาค	สงบ
อิสระ	คำพูด
ตุลาการ	รัฐ
ความยุติธรรม	

56 - Art Supplies

ด	พ	พ	ะ	ป	ข	ธ	น	ข	ช	า	ม	ร	ไ
ก	อิ	ศ	พ	ร	ฟ	ภ	อ้	า	น	ใ	ต	ช	ต
ไ	ง	น	า	อ่	ถ	พ	อํ	ต	น	ค	ศ	ล	ใ
น	อ	ภ	ส	า	พ	ช	ไ	อ้	ฝ	น	น	บ	ข
ม	อ้	ผ	ผ	อ	น	น	ก	อ้	ต	ไ	จ	ซ	ป
แ	ล	อํ	แ	ป	ร	ง	า	ง	ผ	อ	ว	อ	ท
ง	ก	อึ	ม	ห	จ	ก	ว	ธ	จ	เ	ข	ะ	ซ
ม	ค	ฉ	ศ	อ้	ถ	ส	ร	บ	ท	ด	เ	ค	น
เ	ค	ล	ย	อ์	น	ผ	ม	ะ	อ	อี	อ	ร	น
ส	อี	น	อ้	อํ	ไ	ย	ไ	อ๊	ด	ย	แ	อิ	ข
ธ	ว	ศ	แ	จ	ด	ไ	ม	ต	ท	า	ะ	ล	ถ
า	เ	ก	อ้	า	อ	อี	อ้	โ	ะ	ร	ษ	อิ	ภ
ย	า	ง	ล	บ	ศ	ส	ง	ฝ	แ	ฟ	ถ	ค	ห
ช	ณ	ส	ก	ล	ป	ป	ภ	ท	ค	ญ	ธ	ซ	ถ

อะคริลิค
แปรง
กล้อง
เก้าอี้
ถ่าน
เคลย์
สี
ขาตั้ง
ยางลบ
กาว

ไอเดีย
หมึก
น้ำมัน
กระดาษ
พาส
ดินสอ
โต๊ะ
น้ำ
สีน้ำ

57 - Science Fiction

อ	น	า	ค	ต	อ	ะ	ต	อ	ม	ณ	ด	ส	โ
อ	ไ	ห	เ	พ	้	อ	ฝ	ั	น	ผ	า	ิ	ร
ส	ง	ก	ฺ	ล	ถ	า	ศ	ธ	ซ	น	ว	ท	ง
ื	ฺ	ห	ม	่	ง	ว	น	ไ	า	ย	เ	ธ	ภ
ง	ด	ด	บ	ห	น	ศ	ษ	ร	ร	ป	ค	ิ	า
์	ิ	ิ	ข	ฉ	ั	ย	ภ	ย	ญ	ี	ร	่	พ
น	ส	บ	ก	ี	ญ	ศ	น	ม	ก	เ	า	ล	ย
ห	โ	เ	า	ย	ด	ณ	จ	ต	ช	ท	ะ	ื	น
ธ	ท	ะ	แ	ภ	แ	ข	ช	ร	์	โ	ห	ก	ต
ฟ	เ	ร	ล	ค	ษ	ส	ษ	จ	ร	ุ	์	ล	ร
ณ	ป	ร	ก	ล	โ	ญ	ส	ฟ	ษ	ย	ไ	์	์
ฉ	ี	า	ซ	ส	า	ร	เ	ค	ม	ี	์	บ	บ
ส	ย	ก	ี	ภ	า	พ	ล	ว	ง	ต	า	ไ	ฟ
ถ	ญ	ฉ	่	เ	ท	ค	โ	น	โ	ล	ย	ี	ส

อะตอม	กาแลกซี่
หนังสือ	ภาพลวงตา
สารเคมี	เพ้อฝัน
โรงภาพยนตร์	ลึกลับ
ดิสโทเปีย	สิทธิ์
การระเบิด	ดาวเคราะห์
สุดขีด	หุ่นยนต์
มหัศจรรย์	เทคโนโลยี
ไฟ	ยุโทเปีย
อนาคต	โลก

58 - Geometry

ม ◌ุ ม ธ ท ฝ ว พ ศ ซ ส อ ล ค
ข ◌ั ร ต า ม ม ส ◌ื ช ล ธ ภ ษ
แ ล ธ บ ว ป ญ ◌ั ค ◌ ้ ไ ย จ ฝ
ข น ล ย ฉ ส พ ด ว ส น ส แ บ
ฝ า ว ย ฐ ศ ณ ส า า ว ผ ต ฉ
จ น ฉ น อ า ว ◌่ ม ม ◌่ ฉ ◌ิ น
ผ ข ค บ อ ญ น ว ส เ ส ไ ◌ิ ว
ศ ฝ น เ ด น ◌ำ น ◌ุ ห ก ถ ม ห
ต ◌ั ว เ ล ข ค แ ง ล ไ า ป ฉ
ไ ย ฉ ผ ะ ก ร ร ต ◌ี ฏ ษ ฤ ท
พ ต ม จ ศ ซ า ฉ อ ◌่ ไ ป า ภ
ป ท น ต ร า ก ม ส ย ห ห ใ ง
เ ส ◌ ้ น โ ค ◌ ้ ง ท ม ม ว ล ะ
ม ว ง ก ล ม ป แ น ว ต ◌ั ◌ั ง

มุม
การคำนวณ
วงกลม
เส้นโค้ง
มิติ
สมการ
ความสูง
แนวนอน
ตรรกะ
มวล

มัธยฐาน
ตัวเลข
ขนาน
สัดส่วน
ส่วน
พื้นผิว
สมมาตร
ทฤษฎี
สามเหลี่ยม
แนวตั้ง

59 - Creativity

```
ค ท บ ษ บ ไ ป ด ศ ห ก พ ฝ ก
ค ว ั ว ช ข ร ร ิ ค ล ศ ไ า
ว ล า ก ข พ ี า ล ศ ป ไ ท ร
า ต ช ม ษ ถ ช ม ป อ ร ์ ณ แ
ม ม ะ ณ ช ะ า ่ ะ อ ล ณ ช ส
ป ิ จ บ พ ้ ส า า ฝ ส ม ผ ด
ร ิ จ ไ ล า ด น ั บ ง ร แ ง
ะ น ย ่ ี ล ป เ ซ ฉ ศ า ง อ
ท ม ี ช ไ ป น บ จ ล ษ อ ั อ
ั ผ ด ฝ บ ก า ณ ค น ไ ห ล ก
บ เ เ จ ิ น ต น า ก า ร พ ฉ
ไ ม อ ป ร ะ ด ิ ษ ฐ ์ แ ท ั
จ ไ ไ โ ด ย ธ ร ร ม ช า ต ิ
ภ า พ ค ว า ม เ ข ั ม ข ้ น
```

ศิลปะ	จินตนาการ
แท้	ความประทับใจ
เปลี่ยน	แรงบันดาลใจ
ความชัดเจน	ความเข้มข้น
ดราม่า	ปรีชา
อารมณ์	ประดิษฐ์
การแสดงออก	ทักษะ
ไหล	โดยธรรมชาติ
ไอเดีย	นิมิต
ภาพ	พลัง

60 - Airplanes

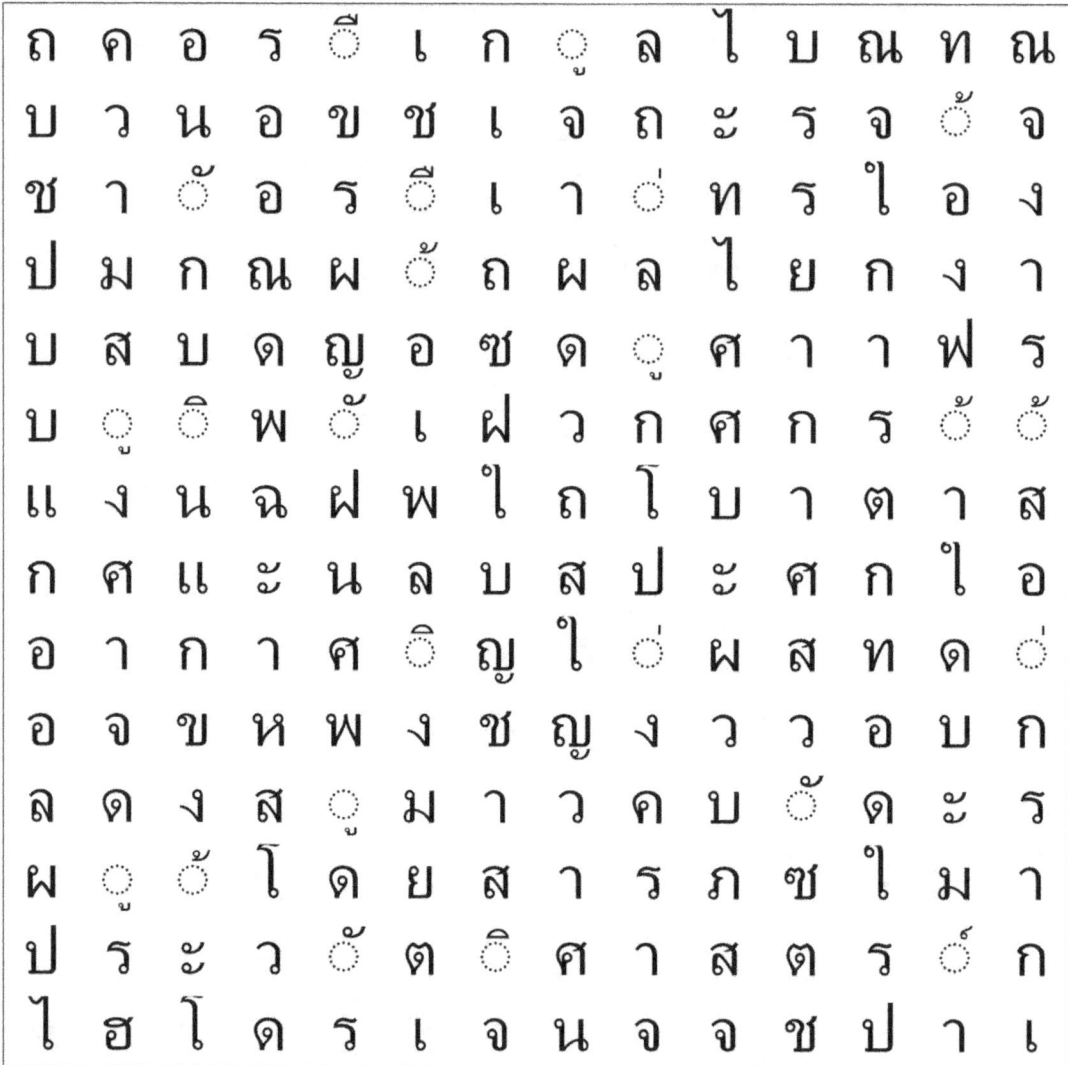

ถ	ค	อ	ร	อื	เ	ก	อุ	ล	ไ	บ	ณ	ท	ณ
บ	ว	น	อ	ข	ช	เ	จ	ถ	ะ	ร	จ	อั	จ
ช	า	อั	อ	ร	อื	เ	า	อ่	ท	ร	ไ	อ	ง
ป	ม	ก	ณ	ผ	อ้	ถ	ผ	ล	ไ	ย	ก	ง	า
บ	ส	บ	ด	ญ	อ	ซ	ด	อุ	ศ	า	า	ฟ	ร
บ	อุ	อิ	พ	อั	เ	ฝ	ว	ก	ศ	ก	ร	อั	อ้
แ	ง	น	ฉ	ฝ	พ	ไ	ถ	โ	บ	า	ต	า	ส
ก	ศ	แ	ะ	น	ล	บ	ส	ป	ะ	ศ	ก	ไ	อ
อ	า	ก	า	ศ	อิ	ญ	ใ	อ่	ผ	ส	ท	ด	อ่
อ	จ	ข	ห	พ	ง	ช	ญ	ง	ว	ว	อ	บ	ก
ล	ด	ง	ส	อุ	ม	า	ว	ค	บ	อั	ด	ะ	ร
ผ	อุ	อ้	โ	ด	ย	ส	า	ร	ภ	ซ	ใ	ม	า
ป	ร	ะ	ว	อั	ต	อิ	ศ	า	ส	ต	ร	อ์	ก
ไ	ฮ	โ	ด	ร	เ	จ	น	จ	จ	ช	ป	า	เ

อากาศ

ความสูง

ระดับความสูง

ประวัติศาสตร์

บรรยากาศ

ไฮโดรเจน

ลูกโป่ง

ท่าเรือ

การก่อสร้าง

ผู้โดยสาร

ลูกเรือ

นักบิน

การตกทอด

ใบพัด

ออกแบบ

ท้องฟ้า

เชื้อเพลิง

61 - Ocean

ป	แ	ใ	ช	ร	ค	ย	ส	ฟ	ะ	ต	ณ	ฟ	ถ
ะ	ผ	ม	ภ	า	บ	ย	ง	อี	อ	ฟ	ซ	ล	ช
ก	ซ	ณ	ง	อั้	อุ	ก	ไ	ร	อ	ง	ะ	ภ	ม
า	จ	ค	ฉ	ก	ช	พ	ภ	ท	ย	ก	น	แ	น
ร	ท	ฟ	ธ	ล	ะ	ะ	ว	ซ	ญ	อ	อ่	อ้	ป
อั	ส	ม	ย	ศ	ย	พ	ษ	น	ป	อุ	อื	ฉ	อำ
ง	ว	ะ	ช	ไ	ด	ล	ร	ฟ	ณ	ษ	ล	จ	ก
ห	อ	ย	น	า	ง	ร	ม	อุ	ฟ	แ	ค	ฉ	ถ
เ	ต	อ่	า	น	อ่	อู	ท	ย	น	ร	ล	ล	ว
ป	ล	า	โ	ล	ม	า	ย	า	อ่	ร	ห	า	ส
ฟ	ไ	ว	า	ฬ	ช	ฉ	ป	พ	ล	จ	ไ	ม	แ
เ	ก	ล	อื	อ	ไ	น	ณ	ไ	จ	ป	า	า	ต
จ	ษ	อ์	ก	ย	อั	ก	อื	ม	ห	า	ล	ป	ฉ
ป	บ	ว	ฝ	ส	ย	แ	ย	ใ	ไ	ษ	ป	ง	ญ

สาหร่าย

ปะการัง

ปู

ปลาโลมา

ปลาไหล

ปลา

แมงกะพรุน

ปลาหมึกยักษ์

หอยนางรม

รีฟ

เกลือ

ฉลาม

กุ้ง

ฟองน้ำ

พายุ

ทูน่า

เต่า

คลื่น

วาฬ

62 - Force and Gravity

ร	ส	ง	น	◌ั	ด	ม	า	ว	ค	ล	ว	ษ	ท
พ	ะ	ซ	แ	ค	ว	ย	ษ	ย	ง	ณ	ธ	ข	ว
ล	ภ	ย	ท	ใ	◌ั	แ	ศ	ด	า	โ	พ	ว	บ
ว	ผ	ห	ะ	ธ	ต	ผ	ก	ด	ล	ค	ค	ะ	ท
◌ั	บ	ญ	ก	ท	ย	ข	ต	น	ก	ว	ข	จ	ะ
ต	พ	ฝ	ถ	ด	า	ล	ว	เ	ย	า	ห	ค	ร
ย	ถ	ไ	ป	ถ	ย	ง	ส	ต	์	ม	แ	◌ุ	ก
ะ	ส	า	ก	ล	ข	ล	ล	ผ	น	เ	ม	ณ	ล
บ	พ	น	◌ั	ค	ร	า	ก	ช	◌ู	ร	◌่	ส	ผ
น	◌์	ร	ต	ส	า	ศ	ล	ก	ศ	็	เ	ม	ผ
า	ช	ด	ด	ข	ก	ะ	บ	ไ	อ	ว	ห	บ	ศ
แ	ร	ง	เ	ส	◌ี	ย	ด	ท	า	น	ล	◌ั	ด
ษ	ม	โ	ม	เ	ม	น	ต	◌ั	ม	ข	็	ต	ท
ฟ	◌ิ	ส	◌ิ	ก	ส	◌์	ฉ	ง	ร	ะ	ก	◌ิ	ถ

แกน
ศูนย์กลาง
การค้นพบ
ระยะทาง
พลวัต
การขยายตัว
แรงเสียดทาน
ผลกระทบ
แม่เหล็ก

กลศาสตร์
โมเมนตัม
วงโคจร
ฟิสิกส์
ความดัน
คุณสมบัติ
ความเร็ว
เวลา
สากล

63 - Birds

เ	เ	ป	อ็	ด	ภ	ญ	ช	น	ค	แ	ทู	ษ
ห	พ	า	ญ	ผ	ต	ใ	ก	น	า	ก	ที	อ	ค
ห	ไ	น	ฟ	ฝ	ษ	ห	ก	ก	ก่	ง	ศ	ศ	ะ
เ	ง	ค	ก็	ไ	ก	ก่	ป	ก	ว	ฟ	น	บ	ท
ห	ก่	า	น	ว	ภ	ร	อ	ร	ห	ล	น	ว	ฟ
ห	ง	ส	อ์	แ	อิ	ไ	อิ	ะ	เ	า	ก	บ	ล
ณ	ไ	ข	ก่	ษ	เ	น	น	จ	า	ม	แ	น	น
ก	อ	จ	ะ	ร	ก	ภ	ท	อ	ก	อิ	ก	ก	ก
ร	ค	า	น	า	ร	ที	ร	ก	ก	ง	ตั	ย	ก
ะ	ม	ฝ	ต	ข	ฝ	ท	ที	เ	น	โ	ว	ก	ร
ส	น	ก	ก	ร	ะ	ส	า	ท	ท	ก	ต	ง	ะ
า	ก	ซ	อ	อ	ช	น	ฉ	ศ	ถ	ษ	ไ	ด	ท
ภ	ย	ฺะ	ข	ท	ม	ล	บ	ฉ	ถ	เ	ญ	ร	ฺ
แ	แ	ฉ	ด	ห	ไ	ส	ะ	ษ	บ	ป	ว	แ	ง

คานารี
ไก่
อีกา
นกกาเหว่า
เป็ด
อินทรี
ไข่
ฟลามิงโก
ห่าน
นางนวล

กระสา
นกกระจอกเทศ
นกแก้ว
นกยูง
นกกระทุง
เพนกวิน
กระจอก
นกกระสา
หงส์
ทูแคน

64 - Art

ง	ก	ซ	ส	จ	ภ	ว	ฝ	ส	ภ	ะ	ภ	ป	ะ
อ่	า	อื	ร	เ	ะ	ง	อ	อ่	อื	ร	เ	ร	ห
า	ร	อ่	อ้	ร	ถ	ด	า	ว	พ	า	ภ	ะ	ญ
ย	แ	อ	า	อ์	ว	ต	อ้	น	ว	อ่	ส	ต	บ
ส	ส	ส	ง	ต	ภ	ไ	า	ป	ไ	อ	ก	อิ	ท
อั	ด	อั	อ	ส	า	ฝ	แ	ร	ล	ญ	ธ	ม	ก
ญ	ง	ต	ย	า	พ	ฝ	ษ	ะ	น	บ	บ	า	ว
ล	อ	ย	ญ	ศ	ร	ช	ว	ก	ะ	บ	ง	ก	อื
อั	อ	อ์	ว	ย	ฟ	ม	ญ	อ	า	ง	ร	ร	ผ
ก	ก	ฟ	า	ต	ฟ	อ	ณ	บ	ไ	แ	ญ	ร	ล
ษ	ไ	ฝ	ด	อิ	เ	ง	ญ	อ์	ธ	ไ	แ	ม	ภ
ณ	ฉ	ธ	ภ	ถ	ต	อ้	น	ฉ	บ	อั	บ	ไ	ส
อ์	ฉ	ร	า	ส	ซ	อั	บ	ซ	อ้	อ	น	ฝ	ณ
ส	ะ	ป	พ	เ	ซ	ร	า	ม	อิ	ค	ล	ท	ณ

เซรามิค	ส่วนตัว
ซับซ้อน	บทกวี
ส่วนประกอบ	วาดภาพ
สร้าง	ประติมากรรม
การแสดงออก	ง่าย
ซื่อสัตย์	เรื่อง
อารมณ์	สถิตยศาสตร์
ต้นฉบับ	สัญลักษณ์
ภาพวาด	ภาพ

65 - Nutrition

ม	ไ	ฉ	แ	ป	ง	ซ	อ	แ	ผ	ผ	ค	ค	แ
ป	อิ	อ่	า	อ	ะ	ฟ	ผ	ข	ส	แ	ว	า	น
ไ	ต	อี	ค	ะ	ณ	ซ	ข	อ็	พ	ซ	า	ร	อ้
ส	า	ร	อ	า	ห	า	ร	ง	อิ	อ	ม	อ์	อำ
ต	ช	อ	ก	ท	น	ญ	ซ	แ	ษ	ส	ก	โ	ห
โ	ส	ล	อั	า	ก	ม	ไ	ร	ค	ป	ร	บ	น
ป	ร	ค	ม	ส	ร	ข	อิ	ง	ช	ภ	ะ	ไ	อ้
ร	ท	แ	ห	ค	ม	ย	ห	า	อ	ว	ห	ฮ	ก
ต	ฟ	ต	ร	อุ	ร	ด	อ่	เ	ต	น	า	เ	ล
อี	บ	น	า	ณ	ช	อ	อุ	อ	ช	อิ	ย	ด	อ
น	ฉ	ร	ก	ภ	ม	ไ	ข	ล	ย	ส	ว	ร	า
พ	ฝ	ย	ภ	า	ย	ษ	บ	ฝ	ม	อั	ผ	ต	ห
ไ	ธ	ธ	ท	พ	ผ	อ	ช	อ	ห	ย	น	แ	า
ก	อิ	น	ไ	ด	อั	ส	อุ	ข	ภ	า	พ	ม	ร

ความกระหาย	นิสัย
สมดุล	สุขภาพ
ขม	แข็งแรง
แคลอรี่	สารอาหาร
คาร์โบไฮเดรต	โปรตีน
อาหาร	คุณภาพ
การย่อย	ซอส
กินได้	พิษ
การหมัก	วิตามิน
รสชาติ	น้ำหนัก

66 - Hiking

น	อ	ม	ย	อี	ร	ต	เ	ะ	ร	ต	ร	า	ก
อ้	อ้	ด	ผ	ศ	ไ	ฟ	ไ	ส	จ	ป	อ	ณ	ม
อำ	น	อิ	ต	า	ช	ม	ร	ร	ธ	ฐ	ง	ภ	ษ
ด	ต	จ	ภ	ก	ศ	พ	ญ	ข	ฝ	ม	เ	อุ	ด
ไ	ร	ญ	ห	า	อ่	ป	ะ	อ่	บ	น	ท	ม	ว
ะ	า	ว	ญ	อ	ณ	เ	ไ	อี	ะ	อิ	อ้	อิ	ง
ญ	ย	น	า	พ	ษ	ป	ห	ท	ข	เ	า	อ	อ
ส	ก	ณ	ภ	า	ผ	า	อ้	น	ห	ท	บ	า	า
แ	อ้	ย	ญ	ภ	เ	ข	ญ	ผ	อื	ศ	อุ	ก	ท
ม	น	ต	อุ	ส	จ	เ	เ	แ	ษ	อ่	ท	า	อิ
ณ	ห	ช	ว	ง	ช	อุ	ต	ข	ซ	ห	อ	ศ	ต
ณ	ค	ป	ญ	อ์	ห	ภ	ษ	น	พ	ข	ป	ย	ย
ค	ป	ท	ห	อิ	น	ต	า	ส	ฉ	บ	า	ต	อ์
ศ	ภ	ก	ฉ	ค	อำ	แ	น	ะ	น	อำ	บ	ข	ก

สัตว์

รองเท้าบูท

หน้าผา

ภูมิอากาศ

คำแนะนำ

อันตราย

หนัก

แผนที่

ยุง

ภูเขา

ธรรมชาติ

ปฐมนิเทศ

การตระเตรียม

หิน

ดวงอาทิตย์

เหนื่อย

น้ำ

สภาพอากาศ

ป่า

67 - Professions #1

น น ต ้ เ ก ้ น ฝ ร ภ บ โ เ
ห ้ า น ้ ก เ ป ื ย โ น ค อ
ง ม ก ย น ้ ก ด น ต ร ื ้ ก
ป า อ ด ธ อ ้ ญ ม ณ ื ข ช อ
ท ว ฉ ญ า น ว ล ช ข ก ะ ณ ้
ว ค ส ค ธ ร า ไ ะ ฉ ะ ศ ห ค
ส ย เ ด ซ ก า ค ร ด ล พ ถ ร
ป า ก แ ร ษ ไ ศ า แ า บ ศ ร
พ น ฉ ช แ บ ข ส า ร ส า ญ า
ป ท อ ท ข ง เ ะ ผ ส ื ณ ไ ช
ด ้ บ เ พ ล ิ ง เ ไ ต ไ ฟ ท
ช ่ า ง ป ร ะ ป า ผ า ร ล ู
ช ่ า ง ต ้ ด เ ส ื ้ อ ้ ต
ฮ ้ น เ ต อ ร ์ พ ย า บ า ล

เอกอัครราชทูต   ฮันเตอร์
นักดาราศาสตร์   อัญมณี
ทนายความ   นักดนตรี
นายธนาคาร   พยาบาล
โค้ช   นักเปียโน
นักเต้น   ช่างประปา
หมอ   กะลาสี
ดับเพลิง   ช่างตัดเสื้อ

68 - Barbecues

ผ	ร	เ	ม	ส	ส	ค	ส	ศ	จ	ภ	ด	ด	เ
ั	้	ด	ไ	้	อ	ล	ว	ผ	ว	ค	ฝ	น	พ
ก	อ	ห	ง	อ	ซ	ภ	า	า	ฝ	ล	ก	ต	ื
ป	น	ซ	้	ม	ไ	ล	ผ	ด	ม	ศ	ฉ	ร	่
ร	ก	ส	ฝ	ก	ณ	แ	น	ี	ค	ห	ฝ	ี	อ
น	ไ	ก	่	เ	ป	ต	ด	ม	ร	จ	ิ	ง	น
็	ย	ก	ข	ษ	า	า	อ	ะ	อ	ณ	ฝ	ว	อ
ย	ย	อ	ษ	ง	แ	ท	ญ	ไ	บ	ช	ฟ	ง	ร
เ	ศ	ล	ถ	น	บ	ถ	ใ	ศ	ค	อ	บ	พ	้
ร	ก	ญ	ก	จ	น	ช	า	ฉ	ร	ธ	ร	แ	ู
า	แ	ล	ด	ไ	ธ	ง	ญ	ป	ั	ไ	า	ไ	ด
ห	ไ	ซ	ื	อ	า	ห	า	ร	ว	ธ	ง	ภ	ฤ
า	ศ	ท	เ	อ	ื	ข	เ	ะ	ม	ย	่	า	ง
อ	า	ห	า	ร	ก	ล	า	ง	ว	ั	น	ห	ท

ไก่	ความหิว
อาหารเย็น	มีด
ครอบครัว	อาหารกลางวัน
อาหาร	ดนตรี
ส้อม	สลัด
เพื่อน	เกลือ
ผลไม้	ซอส
เกม	ฤดูร้อน
ย่าง	มะเขือเทศ
ร้อน	ผัก

69 - Chocolate

ก	ใ	ม	อ	ห	น	อิ่	อิ	ล	ก	ฉ	ม	ค	เ
แ	ช	ข	ะ	ม	ภ	ป	ย	เ	แ	ร	ผ	อุ	ย
ฟ	ช	บ	น	พ	ด	ภ	ล	ม	ป	ส	ฉ	ณ	น
ด	ท	ย	อ	อ่	ร	อ	ม	ส	ล	ช	ส	ภ	ษ
ซ	ผ	น	า	ว	ห	อ้	เ	ผ	ก	า	อุ	า	โ
เ	ศ	ภ	อ้	อ	ศ	ส	า	น	ใ	ต	ต	พ	ก
อ	ต	อ่	า	อำ	ฟ	ญ	ร	ว	ห	อิ	ร	ต	โ
ต	ย	อี	ม	แ	ต	ฟ	า	อ่	ม	ซ	อ	จ	ก
พ	ล	ร	ห	า	ธ	า	ค	ส	อ่	ญ	า	ง	อ้
ถ	อุ	อ	ส	แ	ล	ถ	ล	ผ	ไ	ต	ห	อ	ธ
อ้	ก	ล	ศ	ภ	อ	ม	อื	ฝ	อี	ง	า	อ่	ช
อ่	อ	ค	ผ	ก	ช	เ	ษ	อ	ง	ข	ร	ก	ช
ว	ม	แ	ท	อี	อ่	ช	อี่	น	ช	อ	บ	ไ
า	ก	ะ	ป	ฉ	เ	บ	ถ	ษ	ห	ศ	ก	อิ	น

กลิ่นหอม	ที่ชื่นชอบ
ช่างฝีมือ	รสชาติ
ขม	ส่วนผสม
โกโก้	ถั่ว
แคลอรี่	คุณภาพ
ลูกอม	สูตรอาหาร
คาราเมล	น้ำตาล
มะพร้าว	หวาน
อร่อย	รส
แปลกใหม่	กิน

70 - Vegetables

ด	ด	ศ	า	ท	ั้	เ	ช	ไ	ว	ั้	ห	ก	ผ
ม	ั้	็	ค	ม	อ	ห	ง	บ	แ	ง	ั้	ร	ั้
ะ	ล	ข	ห	ะ	แ	ต	ง	ก	ว	า	ว	ะ	ก
เ	ส	ิ	ญ	เ	ฝ	ห	ด	ถ	ท	ซ	ห	เ	ช
ข	ภ	ง	ม	ข	โ	ก	ั้	ผ	ั้	ำ	อ	ท	ื
ื	บ	ส	ค	ื	น	ว	ะ	ไ	ม	่	ม	ื	ฝ
อ	ย	ณ	เ	อ	แ	ซ	ก	ช	ะ	ล	ว	ย	ร
เ	ถ	ย	ท	ส	ต	ค	ใ	ณ	ณ	ห	ม	ม	ั้
ท	ื	ล	ค	โ	ก	อ	ร	บ	ษ	ะ	ธ	แ	่
ศ	ผ	ก	ย	ใ	ด	ไ	ง	อ	ท	ก	ั้	ฟ	ง
ข	ื	ั้	น	ฉ	่	า	ย	ญ	ท	า	ถ	แ	น
า	ภ	ส	ย	อ	า	ต	ิ	โ	ช	ั๊	ค	ะ	เ
ห	ั้	ว	ผ	ั้	ก	ก	า	ด	ธ	ส	ม	ล	แ
ษ	ล	เ	ธ	ฟ	ร	ะ	ข	จ	ข	ว	ด	ป	ร

อาติโช๊ค   หัวหอม

บรอกโคลี   ผักชีฝรั่ง

แครอท   ถั่ว

กะหล่ำ   ฟักทอง

ขึ้นฉ่าย   หัวไชเท้า

แตงกวา   สลัด

มะเขือ   หอม

กระเทียม   ผักโขม

ขิง   มะเขือเทศ

เห็ด   หัวผักกาด

71 - The Media

ส	ต	ิ	ป	ั	ญ	ญ	า	แ	ท	ไ	ล	ร	ต
ว	ิ	ท	ย	ุ	ณ	แ	ญ	ม	ช	ุ	พ	า	ภ
ศ	ภ	ว	เ	ฝ	ธ	ณ	ล	ด	า	ถ	น	ย	ฟ
เ	ค	ร	ือ	อ	ข	่	า	ย	ฦ	ฦ	ย	บ	ส
ด	ค	ย	จ	ก	า	ร	ศ	ึ	ก	ษ	า	ุ	า
ส	ช	ฟ	ช	ป	แ	เ	ไ	ข	ข	อ	ณ	ค	ธ
ด	เ	ย	ม	ญ	พ	ช	ญ	ผ	ช	อ	ษ	ค	า
อ	ุ	ต	ส	า	ห	ก	ร	ร	ม	น	ฌ	ล	ร
ท	้	อ	ง	ถ	ิ	่	น	ฟ	ถ	ไ	โ	ท	ณ
น	ิ	ต	ย	ส	า	ร	ฉ	า	ะ	ล	ไ	้	ะ
ค	ว	า	ม	เ	ห	็	น	บ	ฉ	น	พ	จ	ส
ซ	ษ	ท	ั	ศ	น	ค	ต	ิ	ั	์	ษ	ิ	ฟ
ก	า	ร	ส	ือ	่	อ	ส	า	ร	บ	ว	ิ	ไ
ข	้	อ	เ	ท	็	จ	จ	ร	ิ	ง	ย	ด	ธ

ทัศนคติ   อุตสาหกรรม
โฆษณา   สติปัญญา
การสื่อสาร   ท้องถิ่น
ดิจิทัล   นิตยสาร
ฉบับ   เครือข่าย
การศึกษา   ออนไลน์
ข้อเท็จจริง   ความเห็น
ทุน   สาธารณะ
ภาพ   วิทยุ
รายบุคคล

72 - Boats

เ	ล	ข	เ	ฉ	ไ	ก	ม	อ	ะ	ม	ร	จ	ฟ
ส	ดุ	ผ	ร	า	ห	ส	ห	ผ	ษ	ห	ใ	ณ	ษ
า	ก	ต	ดี	ำ	ร	ไ	ท	ดี	ส	า	ล	ะ	ก
ต	เ	ศ	อ	น	ท	ย	ะ	ส	ย	ส	ธ	เ	า
ษ	ร	ศ	ใ	ด้	ด่	เ	เ	ม	ส	ม	ด	ร	ฟ
ล	ดื	ง	บ	ด่	า	ดื	ล	อ	ค	ดุ	เ	ดื	ม
อ	อ	แ	พ	ม	เ	ไ	ล	เ	ด์	ท	ช	อ	า
แ	ร	เ	ย	แ	ร	ศ	ค	ค	ย	ร	ดื	ช	ข
เ	ห	ดู	ซ	น	ดื	ฉ	ด	ร	า	ล	อ	ดุ	ด้
ต	ด่	น	ย	ง	อ	ด่	ดื	ร	ค	เ	ก	ช	อ
พ	ร	ค	ด่	ท	ะ	เ	ล	ส	า	บ	ฝ	ดื	ดื
ท	จ	แ	ท	ดุ	ภ	ส	บ	ฟ	น	พ	ถ	พ	ร
เ	ย	ถ	า	ภ	ท	ด์	ช	อ	ย	อ	ดื	ร	เ
ไ	ข	ต	ไ	ข	ฟ	พ	ผ	เ	ต	ล	ฝ	แ	ม

สมอ	เสา
ทุ่น	มหาสมุทร
แคนู	แพ
ลูกเรือ	แม่น้ำ
ท่าเรือ	เชือก
เครื่องยนต์	เรือใบ
เรือข้ามฟาก	กะลาสี
คายัค	ทะเล
ทะเลสาบ	คลื่น
เรือชูชีพ	เรือยอชท์

73 - Driving

ค	ค	ง	ส	ป	ล	ก	ค	ค	ก	ร	ค	อ	เ
จ	ว	ร	ำ	ต	เ	ฟ	น	ว	า	ถ	น	ุ	ค
ถ	ว	า	ช	ช	ส	ป	ข	า	ร	บ	เ	บ	ร
ถ	น	น	ม	ซ	ไ	ห	้	ม	จ	ร	ด	ั	ื
ร	ถ	ร	ถ	ป	ค	ร	บ	เ	ร	ร	ิ	ต	ี
ง	ไ	ฟ	บ	ต	ล	ฉ	ร	ร	า	ท	น	ิ	อ
ร	เ	ม	แ	ข	ง	อ	ถ	็	จ	ุ	เ	เ	ง
โ	แ	ก	็	ส	า	ด	ด	ว	ร	ก	ท	ห	ย
ใ	ใ	บ	อ	น	ุ	ญ	า	ต	ภ	ญ	ฟ	้	ต	น
แ	ผ	น	ท	ี	่	ผ	อ	ญ	้	น	า	ุ	ต
เ	ช	ื	้	อ	เ	พ	ล	ิ	ง	ย	ส	ภ	์
ร	ถ	จ	ั	ก	ร	ย	า	น	ย	น	ต	์	ท
ภ	ร	ผ	ม	จ	ล	อ	้	น	ต	ร	า	ย	แ
บ	อ	ุ	โ	ม	ง	ค	์	เ	ธ	ฝ	ธ	ก	ะ

อุบัติเหตุ   เครื่องยนต์
เบรค   รถจักรยานยนต์
รถ   คนเดินเท้า
อันตราย   ตำรวจ
คนขับรถ   ความปลอดภัย
เชื้อเพลิง   ความเร็ว
โรงรถ   ถนน
แก๊ส   การจราจร
ใบอนุญาต   รถบรรทุก
แผนที่   อุโมงค์

ช	น	ั	ก	บ	ิ	น	อ	ว	ก	า	ศ	ศ	า
า	ย	ท	ว	ิ	ว	ช	ี	ก	ั	น	ค	ร	ู
ว	ฐ	ร	า	ใ	ร	น	ว	ิ	ศ	ว	ก	ร	น
น	์	ป	ข	ค	ย	จ	ั	ว	ิ	ก	ั	น	ั
า	ษ	ล	่	ท	น	ช	ร	ก	ร	ต	ิ	จ	ก
ฉ	ด	ล	ก	น	ล	ส	่	ผ	ส	ใ	ซ	อ	บ
ข	ิ	ฟ	ั	ข	ต	ซ	ว	า	า	ื	ส	ค	ิ
ผ	ะ	ซ	น	ฟ	อ	พ	ว	น	ง	ว	บ	ช	น
บ	ร	ร	ณ	า	ร	ั	ก	ษ	์	ภ	พ	ด	แ
ท	ป	ท	ั	น	ต	แ	พ	ท	ย	์	า	ร	พ
ท	ก	ศ	ั	ล	ย	แ	พ	ท	ย	์	า	พ	ท
ช	ั	ฟ	จ	น	ั	ก	ป	ร	ั	ช	ญ	า	ย
ธ	น	ษ	ญ	พ	อ	ศ	ป	อ	ช	แ	ฉ	ใ	์
ล	น	ั	ก	ภ	า	ษ	า	ศ	า	ส	ต	ร	์

นักบินอวกาศ	นักภาษาศาสตร์
นักชีววิทยา	จิตรกร
ทันตแพทย์	นักปรัชญา
นักสืบ	ช่างภาพ
วิศวกร	แพทย์
ชาวนา	นักบิน
คนสวน	นักวิจัย
นักประดิษฐ์	ศัลยแพทย์
นักข่าว	ครู
บรรณารักษ์	

75 - Mythology

แ	ก	้	แ	ค	้	น	เ	ข	า	ว	ง	ก	ต
ฮ	ส	ค	ฟ	ก	ภ	ค	ข	ช	ไ	แ	บ	ต	ฟ
อี	ว	ว	้	ม	ส	ธ	ภ	ภ	ป	ช	ถ	ส	ไ
โ	ร	า	า	ต	ฝ	ค	ด	ก	ง	ต	ไ	้	ล
ร	ร	ม	ผ	ว	พ	ว	พ	ต	ม	ง	ฝ	ต	ก
่	ค	ห	่	ิ	พ	า	ภ	ต	ม	อ	พ	ว	า
อ	์	ึ	า	ช	ท	ม	ต	น	ร	ร	ฤ	์	ร
อ	ค	ง	ซ	ี	เ	เ	้	้	ร	้	ต	ป	ส
ฟ	ณ	ห	น	ม	ซ	ช	น	ก	ธ	า	ิ	ร	ร
ค	ซ	ว	ธ	ี	ท	ื	แ	ร	น	้	ก	ะ	้
ร	จ	ง	ก	ง	า	่	บ	บ	ฒ	ฟ	ร	ห	า
จ	แ	ณ	ซ	่	ย	อ	บ	ศ	้	ง	ร	ล	ง
ภ	้	ย	พ	ิ	บ	้	ต	ิ	ว	ซ	ม	า	ศ
ฝ	ก	ต	ผ	ส	ต	ำ	น	า	น	ห	ท	ด	ญ

ต้นแบบ
พฤติกรรม
ความเชื่อ
การสร้าง
สิ่งมีชีวิต
วัฒนธรรม
เทพ
ภัยพิบัติ
สวรรค์
ฮีโร่

อมตภาพ
ความหึงหวง
เขาวงกต
ตำนาน
ฟ้าผ่า
สัตว์ประหลาด
ยแร
แก้แค้น
ฟ้าร้อง
นักรบ

76 - Hair Types

ย	ง	ร	ส	ก	เ	ห	ญ	ว	ค	ช	ะ	ฟ	ษ
ะ	ง	จ	ถ	ฉ	ง	ถ	ห	ไ	ข	ง	ย	ใ	ธ
ว	ม	ซ	ว	ภ	า	ท	เ	ี	ส	ณ	ห	ม	ท
ง	า	ซ	ส	ี	บ	ล	อ	น	ด	์	น	ห	ฝ
้	ห	ั	ว	ล	้	า	น	เ	เ	เ	า	ท	แ
ห	ส	ั	้	น	ษ	า	ห	ฝ	ผ	ท	ฟ	ฝ	ข
แ	ย	ป	ี	เ	ก	ั	ถ	บ	ล	ร	ล	ค	็
ไ	ส	ิ	ส	บ	ั	ั	ม	า	า	ข	า	ว	ง
ก	ย	ื	ก	ท	ย	ณ	ถ	ง	ต	จ	ท	ฟ	แ
า	า	พ	ด	ง	ห	ช	ผ	ฝ	ำ	ข	ณ	ร	ร
า	ว	พ	อ	ำ	อ	่	อ	น	น	ฺ	่	ม	ง
ง	เ	ง	ิ	น	ต	ะ	ญ	พ	้	ซ	า	จ	น
ญ	ท	า	ฟ	ข	ผ	ง	ซ	ข	ี	ศ	ง	ษ	ณ
ป	แ	ม	ค	ย	ศ	ณ	ไ	า	ส	ฟ	ผ	ะ	ล

หัวล้าน	แข็งแรง
สีดำ	ยาว
สีบลอนด์	เงา
ถัก	สั้น
ถักเปีย	เงิน
สีน้ำตาล	อ่อนนุ่ม
สี	หนา
หยิก	บาง
แห้ง	หยัก
สีเทา	ขาว

77 - Garden

ส	ข	ว	โ	บ	น	ซ	ษ	ช	ณ	ญ	ข	ไ	ข
ย	น	ฟ	ง	ร	ฝ	า	ไ	◌ุ	ล	แ	ด	ป	ค
ฉ	ว	า	ญ	ฟ	ง	ย	◌ี	บ	เ	ะ	ร	ว	บ
ผ	ญ	น	ม	ส	ย	ร	ไ	า	ว	ฟ	ย	◌ั	ศ
ก	ล	ห	ณ	ห	ม	ญ	ถ	ผ	ท	ะ	ข	ช	ญ
ภ	ป	ช	ญ	ว	ญ	ต	แ	ค	ฉ	เ	บ	พ	ง
ว	เ	า	ค	◌้	ม	◌้	ม	ไ	ก	อ	ด	◌ี	ล
ย	ฟ	น	ร	◌้	า	ส	า	ข	จ	ภ	ต	ช	ญ
ต	ด	บ	า	ร	ส	ว	น	ผ	ล	ไ	ม	◌้	า
◌้	แ	◌้	ด	แ	ท	ร	ม	โ	พ	ล	◌ี	น	ก
น	ย	า	ณ	อ	ซ	ภ	น	ง	ห	ผ	อ	ล	ก
ไ	ง	น	◌ั	◌่	า	◌้	ม	ส	ป	น	ถ	ค	ด
ม	ย	ศ	แ	ท	ร	ธ	บ	ว	◌่	◌ั	ล	พ	◌ื
◌้	เ	ะ	ง	ท	ไ	ไ	◌ำ	น	◌้	อ	◌่	บ	น

ม้านั่ง	สวนผลไม้
บุช	บ่อน้ำ
รั้ว	ระเบียง
ดอกไม้	คราด
โรงรถ	พลั่ว
สวน	ดิน
หญ้า	ชานบ้าน
เปลญวน	แทรมโพลีน
ท่อ	ต้นไม้
สนามหญ้า	วัชพืช

78 - Diplomacy

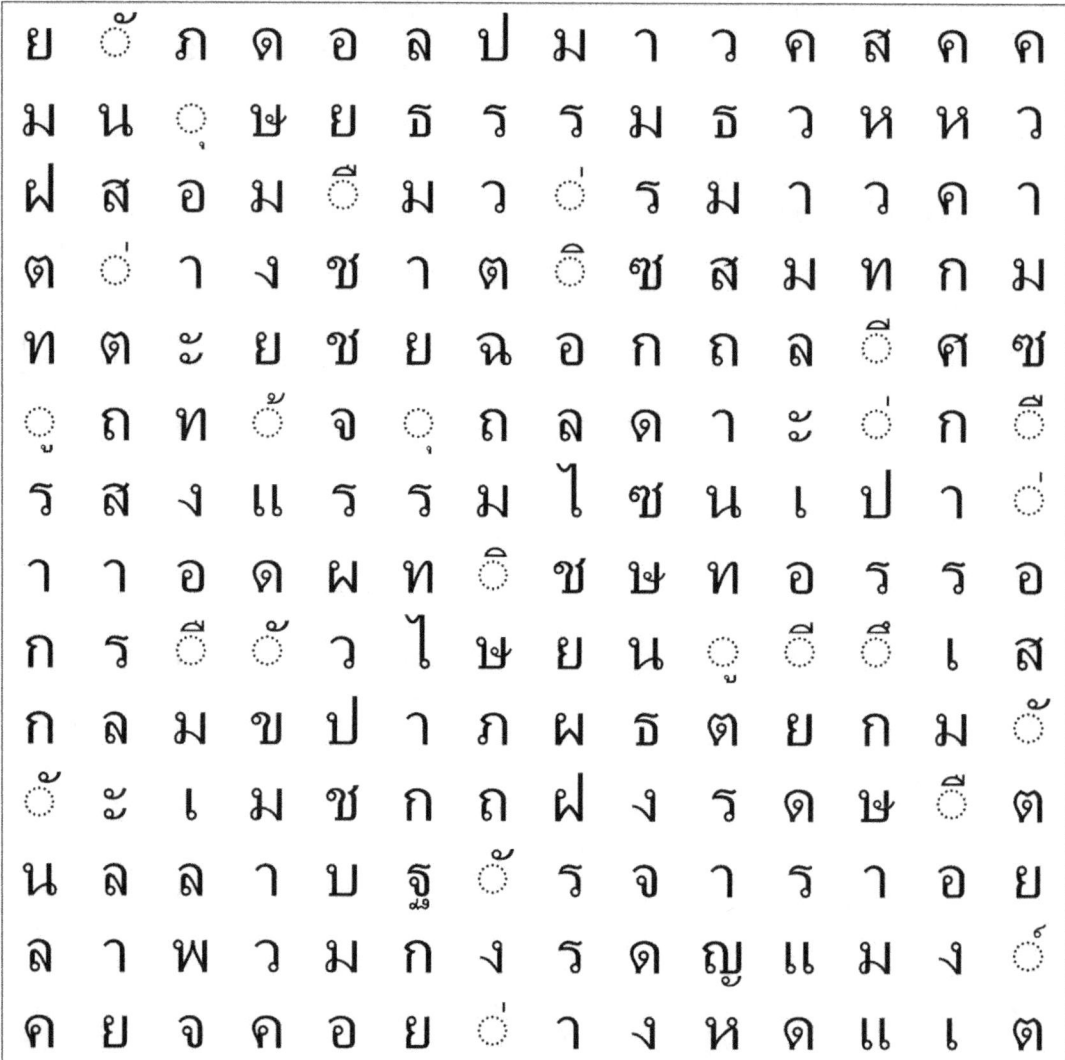

ที่ปรึกษา
พลเมือง
ชุมชน
ความขัดแย้ง
ความร่วมมือ
นักการทูต
อย่าง
สถานทูต
จริยธรรม

ต่างชาติ
รัฐบาล
มนุษยธรรม
ความซื่อสัตย์
การเมือง
ความละเอียด
ความปลอดภัย
สารละลาย

79 - Countries #1

อ	ง	ช	อ	เ	ว	เ	น	ซ	ฺ	เ	อ	ล	า
อี	ก	ร	ั	ิ	อ	เ	ว	อี	ย	ด	น	า	ม
ย	ญ	ว	ก	า	ส	อ	อ	จ	ช	ศ	ฟ	ส	า
อิ	ส	ว	ก	ั	า	ร	า	ก	อิ	น	อ	ภ	ค
ป	ศ	ถ	ย	จ	โ	ไ	า	ด	า	น	ค	แ	น
ต	ธ	ล	อิ	ซ	า	ร	บ	เ	ร	ค	เ	ถ	อ
์	ค	โ	ค	อ	ั	ร	ม	โ	อ	ธ	แ	ม	ร
โ	เ	ซ	เ	น	ั	ล	า	แ	ล	พ	า	์
อ	ป	ถ	ษ	ป	จ	ย	บ	อี	เ	อิ	ล	ใ	เ
อิ	ป	แ	ม	เ	ห	ผ	า	ม	า	น	า	ป	ว
ต	ห	ม	ล	ส	ฟ	ส	ไ	ด	ห	อี	น	ย
า	ผ	อ	ญ	น	ล	ั	ต	เ	ว	อี	ย	ย	์
ล	ภ	ป	ธ	ณ	ด	ฟ	ิ	น	แ	ล	น	ด	์
อี	ท	ไ	ร	ะ	ล	์	เ	ย	อ	ร	ม	น	อี

บราซิล
แคนาดา
อียิปต์
ฟินแลนด์
เยอรมนี
อิรัก
อิสราเอล
อิตาลี
ลัตเวีย
ลิเบีย

โมร็อคโค
นิการากัว
นอร์เวย์
ปานามา
โปแลนด์
โรมาเนีย
เซเนกัล
สเปน
เวเนซุเอลา
เวียดนาม

80 - Adjectives #1

บ	บ	ศ	ส	อ̊ำ	ค	อ̊	ญ	ท	ศ	ห	ย	ศ	ฟ
ฟ	ไ	ด	ไ	ค	ฟ	แ	ฉ	ย	อิ	ต	น	ร	ถ
จ	า	ย	ต	ล	ฟ	ด	อ	อ์	ล	อ	พ	อ̊	า
ณ	ใ	ล	น	ช	ผ	อื	ว	ต	ป	ฉ	ด	ช	ก
แ	ป	ล	ก	ไ	ห	ม	อ่	ส	ะ	ส	ฟ	จ	ณ
เ	ย	ศ	ศ	ง	ช	อ์	ท	อ̊	น	ส	ม	อ̊	ย
จ	ร	อิ	ง	จ	อ̊	ง	น	อ	ย	า	อ	ม	ช
ช	ญ	ข	า	อ̊	ช	ม	อ	อ่	ว	ว	ห	บ	อ่
ก	ฝ	ล	อ̊	ถ	ม	อื	น	อื	ส	ซ	ษ	า	ว
ข	ฉ	ธ	ว	น	ถ	ค	อ่	ซ	น	เ	แ	ง	ย
ย	ธ	บ	ก	ซ	ม	อ่	น	เ	ซ	ด	อื	เ	ไ
ษ	ต	ห	จ	ค	ฟ	า	แ	ก	ช	บ	ส	ม	ด
ษ	อ	ด	ไ	เ	ห	ม	อื	อ	น	ก	อ̊	น	อ̊
ง	ท	ะ	เ	ย	อ	ท	ะ	ย	า	น	ข	ม	บ

แน่นอน
ทะเยอทะยาน
หอม
ศิลปะ
มีเสน่ห์
สวย
มืด
แปลกใหม่
ใจกว้าง
หนัก

ช่วยได้
ซื่อสัตย์
เหมือนกัน
สำคัญ
ทันสมัย
จริงจัง
ช้า
บาง
มีค่า

81 - Technology

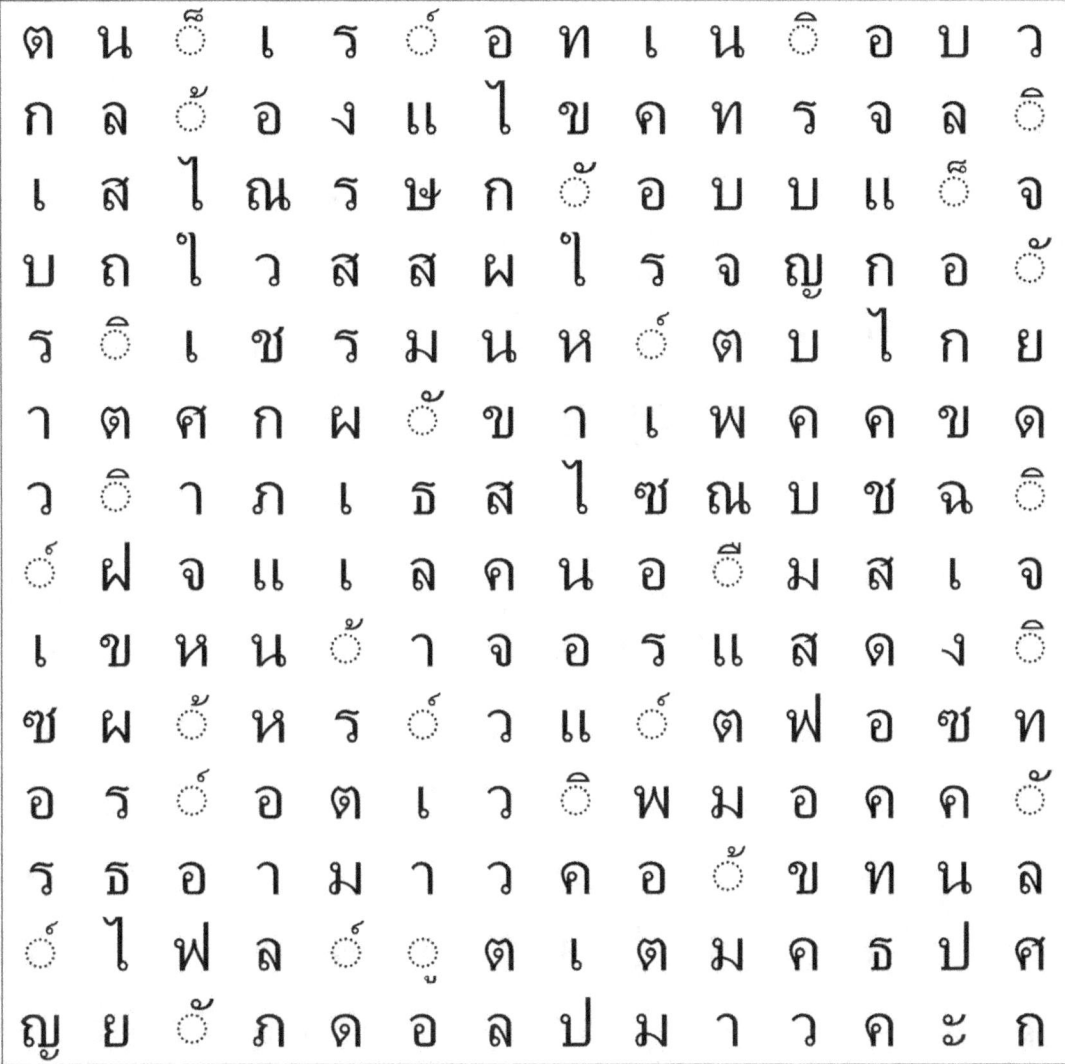

ต	น	็	เ	ร	์	อ	ท	เ	น	ิ	อ	บ	ว
ก	ล	้	อ	ง	แ	ไ	ข	ค	ท	ร	จ	ล	ิ
เ	ส	ไ	ณ	ร	ษ	ก	้	อ	บ	บ	แ	็	จ
บ	ถ	ใ	ว	ส	ส	ผ	ไ	ร	จ	ญ	ก	อ	้
ร	ิ	เ	ช	ร	ม	น	ห	์	ต	บ	ไ	ก	ย
า	ต	ศ	ก	ผ	้	ข	า	เ	พ	ค	ค	ข	ด
ว	ิ	า	ภ	เ	ธ	ส	ไ	ซ	ณ	บ	ช	ฉ	ิ
์	ฝ	จ	แ	เ	ล	ค	น	อ	ื	ม	ส	เ	จ
เ	ข	ห	น	้	า	จ	อ	ร	แ	ส	ด	ง	ิ
ซ	ผ	้	ห	ร	์	ว	แ	์	ต	ฟ	อ	ซ	ท
อ	ร	์	อ	ต	เ	ว	ิ	พ	ม	อ	ค	ค	้
ร	ธ	อ	า	ม	า	ว	ค	อ	้	ข	ท	น	ล
์	ไ	ฟ	ล	์	ู	ต	เ	ต	ม	ค	ธ	ป	ศ
ญ	ย	้	ภ	ด	อ	ล	ป	ม	า	ว	ค	ะ	ก

บล็อก
เบราว์เซอร์
ไบต์
กล้อง
คอมพิวเตอร์
เคอร์เซอร์
ข้อมูล
ดิจิทัล
แสดง
ไฟล์

แบบอักษร
อินเทอร์เน็ต
ข้อความ
วิจัย
หน้าจอ
ความปลอดภัย
ซอฟต์แวร์
สถิติ
เสมือน
ไวรัส

82 - Landscapes

น	ด	แ	ะ	ข	ภ	ไ	ษ	ธ	ษ	ล	ม	โ	ม
ภ	ช	ป	อ	ไ	◌ุ	ก	ะ	า	ก	เ	ห	อ	เ
ช	◌ู	บ	◌ึ	ง	เ	เ	ล	ร	ะ	ะ	า	เ	ศ
แ	า	เ	ต	ล	ข	ซ	เ	น	ข	ท	ส	อ	ค
น	ม	ย	ข	ห	า	อ	น	◌้	ษ	ภ	ม	ซ	า
◌้	ฉ	◌่	ห	า	ญ	ร	◌ิ	ำ	◌้	ถ	◌ุ	◌ิ	บ
◌ำ	ส	จ	น	า	ไ	◌์	น	แ	ส	บ	ท	ส	ส
ต	ธ	ณ	ว	◌้	ด	ฟ	เ	ข	แ	เ	ร	ห	ม
ก	ท	ช	อ	ษ	◌ำ	ว	ข	◌็	พ	า	ป	ฝ	◌ุ
ท	ะ	เ	ล	ส	า	บ	า	ง	อ	ถ	ห	แ	ท
ภ	◌ุ	เ	ข	า	น	◌้	◌ำ	แ	ข	◌ึ	ง	ร	ร
ท	◌ุ	น	ด	ร	า	ข	เ	บ	◌ุ	ห	พ	ซ	ล
ฟ	ษ	จ	ไ	พ	ฟ	ท	ะ	เ	ล	ท	ร	า	ย
เ	น	ว	น	จ	แ	ฉ	พ	ซ	ภ	ซ	ณ	ณ	ร

ชายหาด	โอเอซิส
ถ้ำ	มหาสมุทร
ทะเลทราย	คาบสมุทร
ไกเซอร์	แม่น้ำ
ธารน้ำแข็ง	ทะเล
เนินเขา	บึง
ภูเขาน้ำแข็ง	ทุนดรา
เกาะ	หุบเขา
ทะเลสาบ	ภูเขาไฟ
ภูเขา	น้ำตก

83 - Visual Arts

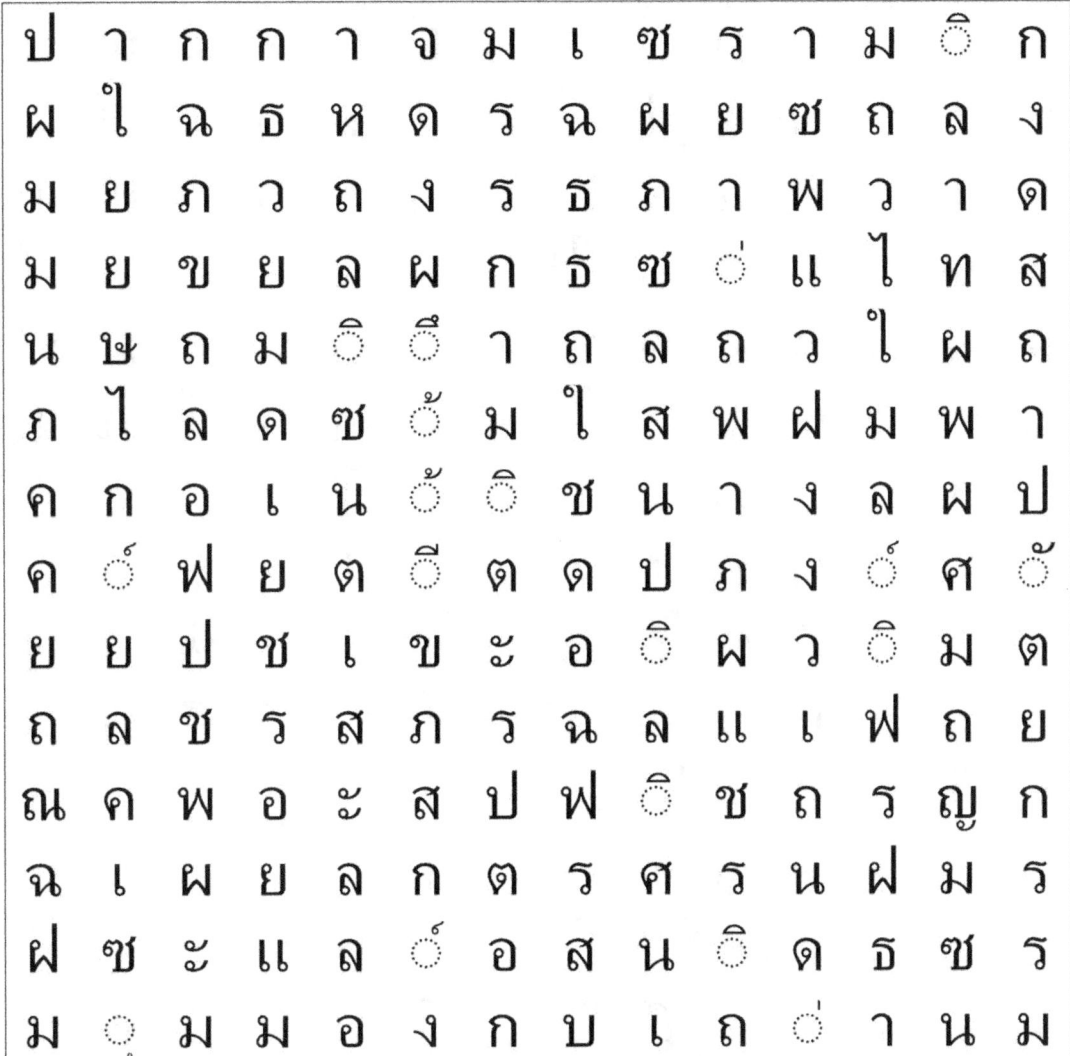

ป	า	ก	ก	า	จ	ม	เ	ซ	ร	า	ม	อิ	ก
ผ	ใ	ฉ	ธ	ห	ด	ร	ฉ	ผ	ย	ซ	ถ	ล	ง
ม	ย	ภ	ว	ถ	ง	ร	ธ	ภ	า	พ	ว	า	ด
ม	ย	ข	ย	ล	ผ	ก	ธ	ซ	อ่	แ	ไ	ท	ส
น	ษ	ถ	ม	อิ	อึ	า	ถ	ล	ถ	ว	ไ	ผ	ถ
ภ	ไ	ล	ด	ซ	อ้	ม	ใ	ส	พ	ฝ	ม	พ	า
ค	ก	อ	เ	น	อ้	อิ	ช	น	า	ง	ล	ผ	ป
ค	อ์	ฟ	ย	ต	อี	ต	ด	ป	ภ	ง	อ์	ศ	อ้
ย	ย	ป	ช	เ	ข	ะ	อ	อิ	ผ	ว	อิ	ม	ต
ถ	ล	ช	ร	ส	ภ	ร	ฉ	ล	แ	เ	ฟ	ถ	ย
ณ	ค	พ	อ	ะ	ส	ป	ฟ	อิ	ช	ถ	ร	ญ	ก
ฉ	เ	ผ	ย	ล	ก	ต	ร	ศ	ร	น	ฝ	ม	ร
ฝ	ซ	ะ	แ	ล	อ์	อ	ส	น	อิ	ด	ธ	ซ	ร
ม	อุ	ม	ม	อ	ง	ก	บ	เ	ถ	อ่	า	น	ม

สถาปัตยกรรม   ภาพวาด
ศิลปิน   ปากกา
เซรามิก   ดินสอ
ชอล์ก   มุมมอง
ถ่าน   ภาพถ่าย
เคลย์   ประติมากรรม
ค์ประกอบ   สเตนซิล
ฟิล์ม   ขี้ผึ้ง
ผลงานชิ้นเอก

84 - Plants

ก	ย	◌์	◌ุ	ป	ป	ห	จ	ฝ	ฝ	พ	ะ	ณ	ห
ญ	ร	ซ	ผ	◌่	ไ	◌้	ม	ไ	ด	ฤ	เ	ณ	ใ
แ	เ	ะ	ก	า	ร	ม	ะ	ก	เ	ก	ม	ณ	ใ
ร	ต	ธ	บ	ร	ก	ไ	ษ	ส	ถ	ษ	อ	บ	ม
ณ	◌้	ไ	ถ	อ	ต	บ	ค	ว	ด	ศ	ส	ม	ค
ธ	น	ท	ซ	ล	ง	ไ	ษ	อ	ด	า	ส	ก	ง
ฉ	ไ	น	ว	ฟ	บ	เ	ป	ต	ไ	ส	◌์	ล	ย
พ	ม	ห	บ	ม	ส	ธ	พ	จ	ไ	ต	ช	อี	ง
เ	◌้	ไ	◌้	ห	ผ	ว	ม	ช	ะ	ร	พ	บ	ฟ
ร	ม	ท	แ	า	พ	จ	น	ะ	ร	◌์	อื	บ	ผ
ฟ	ไ	บ	น	ฟ	ม	ถ	ห	ญ	◌้	า	ช	◌ุ	ฉ
ง	ก	ร	ธ	ณ	ข	◌้	ด	ธ	ษ	ศ	ศ	ช	ผ
ร	อ	ถ	ค	ร	อี	◌่	◌่	ร	อ	บ	เ	ซ	ก
ฉ	ด	ล	ธ	◌่	อื	ว	อ	ไ	ม	ม	ส	ท	น

ไม้ไผ่   ป่า

ถั่ว   สวน

เบอร์รี่   หญ้า

พฤกษศาสตร์   ไอวี่

บุช   มอสส์

กระบองเพชร   กลีบ

ปุ๋ย   ราก

ฟลอรา   ห้าม

ดอกไม้   ต้นไม้

ใบไม้   พืช

85 - Boxing

ฟ	ย	ญ	น	แ	ก	อ	อื	ช	เ	ล	ม	ป	ค
ล	ร	จ	ง	ร	า	ม	ย	ค	ผ	ะ	แ	ปุ	น
ค	น	บ	ฝ	อ่	ร	อื	ท	คุ	บ	ว	น	ศ	ม
ษ	ษ	อ	บ	า	ก	ง	ขั้	คอ่	เ	ต	ะ	ภ	ล
ป	บ	ส	ท	ง	คู้	คุ	ก	แ	พ	ช	ส	ฟ	ต
ว	อ็	ร	เ	ก	ขั้	ถ	ษ	ข	ล	ไ	ห	ผ	ก
ซ	ณ	ะ	ง	า	ค	า	ะ	อ่	แ	ซ	ษ	คุ้	เ
พ	ช	ฆ	น	ย	อื	ก	บ	ง	ร	ษ	ส	ขั้	ร
แ	ย	ขั้	ฉ	อ	น	ข	คำ	อ	ง	ภ	คุ้	ต	ฟ
ต	บ	ง	ผ	อ่	น	ไ	ขั้	ป	ส	ค	คั้	คุ้	ซ
แ	น	ช	ฝ	อื	แ	ไ	อ	อ	ขั้	ษ	ก	ด	ษ
ว	ร	ท	ว	น	ะ	ว	ถ	ข	ศ	คั้	ขั้	ส	ห
ข	ฉ	ธ	ผ	ห	ค	ล	ไ	ซ	ถ	อ	น	อิ	ส
ฟ	ถ	ค	เ	เ	โ	ฟ	ก	ขั้	ส	น	ก	น	ล

ระฆัง	เตะ
ร่างกาย	คู่แข่ง
คาง	คะแนน
มุม	เร็ว
ข้อศอก	การกู้คืน
เหนื่อย	ผู้ตัดสิน
นักสู้	เชือก
กำปั้น	ทักษะ
โฟกัส	แรง
ถุงมือ	

86 - Countries #2

แอลเบเนีย
เดนมาร์ก
เอธิโอเปีย
กรีซ
เฮติ
จาไมก้า
ญี่ปุ่น
ลาว
เลบานอน
ไลบีเรีย

เม็กซิโก
เนปาล
ไนจีเรีย
ปากีสถาน
รัสเซีย
โซมาเลีย
ซูดาน
ซีเรีย
ยูกันดา
ยูเครน

87 - Ecology

ท	ศ	ผ	ง	ห	ธ	ส	ห	ร	แ	ล	พ	ฉ	อ
ือ	ร	ภ	บ	ไ	ร	์	ศ	า	ถ	ภ	า	ฉ	า
่อ	ส	ต	ไ	ส	ร	ต	ท	เ	แ	ุ	ญ	ท	ส
อ	พ	ือ	ช	า	ม	ว	ท	อ	ล	เ	ต	้	า
ย	ศ	ด	ม	ย	ช	์	ฝ	ะ	จ	ข	อ	่อ	ส
ุอ	จ	อ	ก	พ	า	ป	ว	จ	เ	า	แ	ว	ม
่อ	ใ	ร	ณ	้	ต	่อ	ฝ	ท	ะ	ล	ล	โ	้
อ	ภ	่อ	ช	น	ิอ	า	ร	อ	ล	ฟ	้	ล	ค
า	ใ	ุอ	ฺอ	ธ	จ	ฟ	พ	ก	ณ	ศ	ง	ก	ร
ศ	ถ	ย	ม	ฺอ	ภ	ุอ	ม	ิอ	อ	า	ก	า	ศ
้	ท	อ	ช	์	ท	ร	้	พ	ย	า	ก	ร	ณ
ย	ซ	ร	น	ย	ือ	ง	่อ	อ	ย	ไ	ซ	ธ	ไ
ค	ว	า	ม	ห	ล	า	ก	ห	ล	า	ย	ร	บ
ษ	ห	ก	ซ	ะ	บ	บ	ึอ	ง	ถ	ศ	ช	ล	ษ

ภูมิอากาศ	บึง
ชุมชน	ภูเขา
ความหลากหลาย	ธรรมชาติ
แล้ง	ทรัพยากร
สัตว์ป่า	สายพันธุ์
ฟลอรา	การอยู่รอด
ทั่วโลก	ยั่งยืน
ที่อยู่อาศัย	พืช
ทะเล	อาสาสมัคร

88 - Adjectives #2

ร	ม	ต	ใ	ช	แ	ฉ	เ	ค	พ	ษ	ท	ส	ธ
ั้	ี	ซ	ย	พ	ญ	อ	ห	ฝ	ว	ณ	ป	ง	ิ
อ	ช	ส	ร	ั้	า	ง	ส	ร	ร	ค	์	่	บ
น	ื	ษ	ย	ง	ศ	ส	ษ	ม	ฝ	ถ	ง	า	า
อ	่	ณ	์	ร	บ	ุ	ม	ส	ม	ด	ฺ	อ	ย
น	อ	ศ	ด	แ	อ	แ	น	บ	ด	ะ	ล	เ	ง
ง	เ	เ	ร	ง	ช	ห	ไ	จ	ไ	ม	ิ	ุ	ภ
ว	ส	ฟ	า	็	ด	้	ห	ไ	ก	ด	ข	ศ	ร
่	ี	แ	ม	ข	ผ	ง	แ	น	ศ	อ	ร	ข	ม
ง	ย	ท	่	แ	ิ	ภ	ถ	ส	ค	ฟ	ค	ล	่
ล	ง	้	า	ะ	บ	ญ	ถ	า	ท	เ	ค	็	ม
ห	อ	ค	ว	ณ	ั	ไ	ไ	่	ค	ะ	ป	ม	ห
ต	ิ	า	ช	ม	ร	ส	ธ	น	็	ป	เ	่	ใ
ภ	แ	ว	ม	ี	พ	ร	ส	ว	ร	ร	ค	์	า

แท้　　　　　　　　　　หิว
สร้างสรรค์　　　　　　น่าสนใจ
ธิบาย　　　　　　　　เป็นธรรมชาติ
ดราม่า　　　　　　　　ใหม่
แห้ง　　　　　　　　　อุดมสมบูรณ์
สง่า　　　　　　　　　ภูมิใจ
มีชื่อเสียง　　　　　　รับผิดชอบ
มีพรสวรรค์　　　　　　เค็ม
แข็งแรง　　　　　　　ง่วงนอน
ร้อน　　　　　　　　　ป่า

89 - Psychology

การนัดหมาย
การประเมิน
พฤติกรรม
วัยเด็ก
คลินิก
ความฝัน
อัตตา
อารมณ์
ประสบการณ์
ไอเดีย

อิทธิพล
การรับรู้
บุคลิกภาพ
ปัญหา
ความเป็นจริง
จิตใต้สำนึก
การบำบัด
ความคิด
หมดสติ

90 - Math

ส	ล	ษ	เ	พ	ท	ร	ร	จ	ร	า	ข	เ	ม
ม	ไ	ด	ล	ป	ข	ว	ห	ั้	ฟ	ไ	น	ส	ุ
ก	ณ	ข	ข	แ	ค	ม	ฉ	ง	ศ	ฝ	า	้	ม
า	ล	ล	ค	ร	ะ	ไ	อ	ย	ธ	ม	น	น	ว
ร	ข	เ	ณ	ก	ส	ร	ง	ส	ด	ย	ี	ร	ต
ฟ	ม	ย	ิ	น	ศ	ท	ศ	ี	ท	่	ผ	อ	ั้
แ	เ	า	ต	ผ	ข	จ	า	เ	ง	ี	น	บ	ว
เ	ณ	ม	ิ	แ	ธ	ง	อ	บ	ไ	ล	ไ	ว	แ
ศ	ษ	ห	ณ	อ	ซ	น	า	ั	ด	ห	ผ	ง	ท
ษ	ธ	ผ	ค	ร	ป	ถ	เ	ด	ด	เ	ณ	ข	น
ส	ถ	ง	า	ป	ไ	ผ	ฟ	ะ	ช	ม	ถ	จ	ฉ
่	ข	ญ	ข	ช	ณ	อ	ง	ร	ต	า	ม	ม	ส
ว	อ	ผ	ร	เ	ธ	เ	ป	า	ง	ส	ะ	ธ	แ
น	บ	ส	เ	ต	ั้	ั้	ง	ฉ	า	ก	ก	ร	จ

มุม
เลขคณิต
เส้นรอบวง
ทศนิยม
องศา
แผนก
สมการ
ตัวแทน
เศษส่วน
เรขาคณิต

หมายเลข
ขนาน
ขอบ
ตั้งฉาก
รัศมี
รวม
สมมาตร
สามเหลี่ยม
ระดับเสียง

91 - Water

ผ	ถ	ง	ม	ห	ม	ด	ห	อ	บ	แ	ต	ค	ธ
ซ	ธ	ก	อำ	ห	บ	ศ	อิ	แ	า	ย	ฉ	ล	ม
ก	ะ	ฝ	น	ด	า	า	ม	ุ	ส	ร	ม	อ	น
น	พ	ช	้	ธ	ศ	ส	ะ	ส	ล	ไ	ณ	ง	น
อ	้	ค	่	ท	ก	จ	ม	ว	เ	ศ	ญ	ว	้
ร	ผ	อำ	ม	ฝ	ไ	ส	ซ	ุ	ะ	ไ	ธ	ม	อำ
้	แ	้	แ	ค	ล	ื	่	น	ท	ข	บ	ย	ท
พ	ส	น	อ	ข	ช	ื	้	น	ซ	ร	ด	ก	่
ุ	น	อ	ฉ	ฝ	็	ด	ื	่	ม	ไ	ด	้	ว
ำ	ซ	ไ	ผ	ห	พ	ง	ไ	ร	ม	ข	ก	ผ	ม
้	ก	า	ร	ร	ะ	เ	ห	ย	ฉ	ผ	ด	ศ	ล
น	้	ื	ช	ม	า	ว	ค	ผ	ณ	เ	จ	ษ	พ
พ	า	ย	ุ	เ	ฮ	อ	ร	ิ	เ	ค	น	ษ	ฉ
ไ	ว	า	ม	ช	ื	้	น	อ	า	บ	น	้	ำ

คลอง
ชื้น
ดื่มได้
การระเหย
น้ำท่วม
น้ำพุร้อน
ความชื้น
พายุเฮอริเคน
น้ำแข็ง
ทะเลสาบ

วามชื้น
มรสุม
มหาสมุทร
ฝน
แม่น้ำ
อาบน้ำ
หิมะ
ไอน้ำ
คลื่น

ป	ก	า	ร	ถ	อ่	า	ย	ภ	า	พ	พ	ฟ	ล
ต	ร	ท	อั	ก	ษ	ะ	ไ	ฟ	ย	ห	ช	ช	อ่
ก	ช	อิ	ว	ณ	ก	า	ร	ท	อำ	ส	ว	น	า
ป	ณ	อ	ศ	จ	อั	จ	ภ	ซ	ช	ต	ษ	บ	ส
ล	ช	ม	ข	น	ถ	ภ	ญ	ด	ง	ะ	ค	ล	อั
า	ค	อื	ธ	ใ	า	เ	ซ	ร	า	ม	อิ	ก	ต
ย	ล	อี	ธ	ช	ผ	ก	อ	ธ	อ่	ว	ล	า	ว
ก	อิ	ฝ	อ	ค	อ่	อิ	อ	ข	ว	ฟ	พ	ย	อ่
า	ม	น	ว	ภ	อ	จ	ง	ไ	า	ป	ะ	า	ร
ร	เ	า	ด	ก	น	ก	ะ	ป	ล	อิ	ศ	ม	ภ
เ	ก	ง	จ	อี	ค	ร	ฝ	ห	ว	ท	ศ	ผ	ค
ย	ม	ป	ห	จ	ล	ร	ส	ฟ	เ	ไ	น	ส	ข
อึ๋	แ	ถ	จ	พ	า	ม	า	ม	ส	ญ	ณ	พ	อ
บ	ญ	ท	จ	ย	ย	ก	า	ร	อ	อ่	า	น	อ

กิจกรรม	มายากล
ศิลปะ	ภาพวาด
เซรามิก	การถ่ายภาพ
งานฝีมือ	ยินดี
ตกปลา	ปริศนา
เกม	การอ่าน
การทำสวน	ผ่อนคลาย
ล่าสัตว์	การเย็บ
ถัก	ทักษะ
เวลาว่าง	

93 - Business

ผ	ู้	จ	ั	ด	ก	า	ร	ไ	พ	ผ	ห	ภ
จ	ว	ไ	ม	บ	พ	์	า	ค	้	น	ิ	ส	า
ข	า	ย	ภ	แ	พ	ร	ฉ	ว	ถ	ั	น	ก	ษ
ค	ก	ไ	ง	ก	ร	ต	ห	ข	ผ	ก	จ	า	ื
น	ช	ง	ด	า	ณ	ส	ญ	น	า	ง	ง	ร	โ
ณ	เ	ศ	ล	ร	ง	า	้	จ	ย	า	น	ล	ถ
เ	ง	ิ	น	เ	อ	ศ	ม	ร	ภ	น	า	ง	า
ถ	จ	ฟ	ว	ง	า	ฐ	ร	ะ	จ	ป	้	ท	บ
ล	น	ฟ	่	ิ	ช	ษ	ไ	า	ร	ม	ร	ฺ	ร
า	ก	อ	ส	น	ื	ร	ป	ะ	ย	ป	ษ	น	ิ
พ	บ	อ	ธ	ว	พ	ศ	เ	ด	จ	ไ	บ	ถ	ษ
ป	า	ก	เ	ก	ญ	เ	ช	บ	ต	ไ	ด	ง	้
ย	ซ	เ	เ	ง	ิ	น	ต	ร	า	ก	า	้	ท
แ	ซ	ว	ญ	ค	่	า	ใ	ช	้	จ	่	า	ย

งบประมาณ   การเงิน
อาชีพ   รายได้
บริษัท   การลงทุน
ค่าใช้จ่าย   ผู้จัดการ
เงินตรา   สินค้า
ส่วนลด   เงิน
เศรษฐศาสตร์   ออฟฟิศ
พนักงาน   ขาย
นายจ้าง   ร้าน
โรงงาน   ภาษี

94 - The Company

ก	า	ร	ต	ั	ด	ส	ิ	น	ใ	จ	น	ย	ช
ค	อ	ุ	ต	ส	า	ห	ก	ร	ร	ม	ษ	ผ	ื
ค	ว	ค	พ	ว	ร	า	ย	ไ	ด	้	ย	ะ	์
ุ	ธ	า	น	์	ห	บ	ื	ค	ม	า	ว	ค	อ
ณ	ุ	ณ	ม	ค	ก	ท	น	ร	ภ	ะ	์	ท	เ
ภ	ร	ช	ฉ	เ	ว	า	ท	พ	ก	ะ	น	้	ส
า	ก	ร	ก	ล	ป	า	ร	ไ	ณ	ฟ	ห	์	ื
พ	ิ	ฟ	ศ	ไ	ม	็	ม	ล	ต	ธ	ผ	ว	ย
ง	จ	ช	ญ	ร	ค	ห	น	เ	ง	พ	ง	โ	ง
ท	ร	ั	พ	ย	า	ก	ร	ไ	ส	ท	ค	ล	ห
ผ	ล	ิ	ต	ภ	ั	ณ	ฑ	์	ป	ื	ุ	ก	ช
ม	ื	อ	อ	า	ช	ี	พ	ม	ส	ไ	์	น	ศ
ก	า	ร	จ	้	า	ง	ง	า	น	ข	ด	ย	ห
ส	ร	้	า	ง	ส	ร	ร	ค	์	ล	ญ	้	ง

ธุรกิจ

สร้างสรรค์

การตัดสินใจ

การจ้างงาน

ทั่วโลก

อุตสาหกรรม

การลงทุน

ความเป็นไปได้

ผลิตภัณฑ์

มืออาชีพ

ความคืบหน้า

คุณภาพ

ชื่อเสียง

ทรัพยากร

รายได้

ความเสี่ยง

หน่วย

95 - Literature

จ ั ง ห ว ะ ฟ ซ บ บ แ ป ุ ร
ญ ม ด ะ ผ ฟ ะ ป จ ท ป น ะ พ
ก ง ม ผ ุ ญ ผ า ส ว ส ะ ะ ห
า ฝ ญ ก ั้ แ ท ป ผ น ซ ร ก ก
ร ณ ณ เ เ ช ี ถ ั ม ส ง ุ น
ว ธ ก พ ข ค ว า ม เ ห ็ น ป
ิ ป ซ ณ ี ฉ ก ม ั ธ ฟ ล อ ษ
เ แ ร พ ย ณ ท ป ส ี ผ ั ล ก
ค ท ห ะ น ะ บ ุ ะ ม ษ ก ก ผ
ร อ ก บ เ ญ น อ ษ ผ ซ ษ ฉ ไ
า ฝ ภ ะ ฝ ภ ว ำ ะ ณ พ ณ ด ม
ะ น ิ ย า ย ท ค เ ภ ศ ะ ป ย
ห บ ท พ ุ ด อ ะ น า ล ็ อ ก
์ ช ี ว ป ร ะ ว ั ต ิ ร ฝ ณ

อะนาล็อก   นิยาย
การวิเคราะห์   ความเห็น
ผู้เขียน   กลอน
ชีวประวัติ   บทกวี
บทสรุป   สัมผัส
ลักษณะ   จังหวะ
บทพูด   รูปแบบ
ประเภท   ธีม
คำอุปมา

96 - Geography

แ	แ	อ	ต	ล	า	ส	อ	ซ	ท	ใ	ล	เ	ใ
ต	ผ	แ	ว	ว	ณ	ง	ง	อี	ว	ป	ะ	ม	ต
ห	ะ	น	ย	เ	ผ	ร	ส	ก	อี	ร	ต	อ	อ
ซ	ฟ	ว	ท	ไ	ม	ก	อุ	โ	ป	ะ	อิ	ร	ผ
า	ไ	ฟ	อั	อี	ด	ห	ม	ล	ฉ	เ	จ	อิ	ม
ก	ะ	ไ	ร	น	อ่	ะ	า	ก	เ	ท	อุ	เ	ก
ภ	อุ	เ	ข	า	ต	ร	ว	ส	จ	ศ	ด	ด	ฝ
ง	ร	ม	ซ	ญ	ฝ	ก	ค	ษ	ม	บ	จ	อี	ง
อ	า	ณ	า	เ	ข	ต	บ	ซ	เ	อฺ	ไ	ย	ค
อี	แ	ม	อ่	น	อั้	อำ	อั	โ	ล	ก	ท	น	อ
ม	ภ	า	ถ	ง	ญ	ช	ด	ห	ถ	ไ	ฉ	ร	ท
เ	ท	แ	ผ	พ	ฉ	ป	ะ	ญ	ถ	ญ	ภ	ธ	ธ
ท	ะ	เ	ล	ฉ	ข	า	ร	ห	เ	ล	ใ	ท	จ
ท	อิ	ศ	เ	ห	น	อื	อ	ภ	า	ค	ณ	ด	ป

ระดับความสูง ภูเขา
แอตลาส ทิศเหนือ
เมือง มหาสมุทร
ทวีป ภาค
ประเทศ แม่น้ำ
ซีกโลก ทะเล
เกาะ ใต้
ละติจูด อาณาเขต
แผนที่ ตะวันตก
เมอริเดียน โลก

97 - Pets

ร	์	ร	อ	ต	เ	ส	ม	ฮ	แ	ำ	ษ	ข	ร
ฝ	ม	า	ใ	น	ท	า	ก	่	ง	ั	ิ	ก	จ
พ	ซ	ห	ช	ย	ศ	ย	ท	ค	ฉ	น	ส	ต	ณ
น	ก	า	ป	ร	จ	จ	ฝ	ป	ะ	บ	ไ	ว	ฉ
า	ก	อ	พ	ภ	ธ	ู	ห	น	ู	ธ	ง	ศ	ค
ท	ข	แ	ป	ซ	ย	ง	า	ห	ฟ	ล	ศ	เ	ฟ
้	ไ	อ	ก	ฉ	ห	ธ	ม	ส	ป	จ	า	ย	ส
เ	ต	่	า	้	จ	ธ	ห	ณ	ะ	ใ	ถ	ล	ข
ง	ษ	ถ	ม	เ	ว	ย	ต	า	บ	บ	ณ	ุ	ป
้	ซ	ด	ห	แ	ก	ร	ะ	ต	่	า	ย	ก	ต
ุ	อ	ด	ก	พ	พ	ม	อ	ว	้	ว	ญ	แ	ศ
อ	ธ	ข	ู	ญ	ป	ะ	ท	ห	ศ	ผ	ว	ม	แ
ล	ค	ย	ล	ศ	ผ	ก	น	ภ	ฟ	ธ	ง	ว	ท
ส	ั	ต	ว	แ	พ	ท	ย	์	ร	ค	เ	จ	เ

แมว
วัว
หมา
ปลา
อาหาร
แพะ
แฮมสเตอร์
ลูกแมว
สายจูง
กิ้งก่า

หนู
นกแก้ว
อุ้งเท้า
ลูกหมา
กระต่าย
หาง
เต่า
สัตวแพทย์
น้ำ

98 - Jazz

อัลบั้ม	ดนตรี
เสียงปรบมือ	ใหม่
ศิลปิน	แก่
นักแต่งเพลง	วงดนตรี
ส่วนประกอบ	จังหวะ
คอนเสิร์ต	เพลง
กลอง	รูปแบบ
ความสำคัญ	พรสวรรค์
มีชื่อเสียง	เทคนิค
รายการโปรด	

99 - Nature

ร	จ	บ	ห	ฉ	บ	ใ	พ	ส	ง	บ	ค	ห	ฟ
ก	ข่	เ	ฉ	ซ	พ	ใ	ล	น	ศ	ข	ภ	ป	ญ
ค	แ	อ	ล	ช	า	ว	ว	ห	หิ	ห	ธ	ใ	ห
ว	ม	จ	น	ม	ง	ถ	ขั	จ	น	ข่	ข	ห	เ
ผ	ข่	บ	น	อ	ขั้	ร	ต	ข	เ	ญ	ง	ม	ธ
ค	น	เ	บ	ย	ขึ	ว	ห	อ	ง	ป	ป	อ	า
ว	ขั้	ม	ส	ภ	ผ	ธ	ห	จ	อ	ะ	ศ	ก	ร
า	ขำ	ฆ	ใ	ขั	อ	า	ร	ข์	ก	ต	ขิ	ก	น
ม	ว	ด	บ	บ	ต	ฉ	ผ	ป	ล	ษ	ย	ค	ขั้
ง	ต	ช	ใ	ล	ข	ว	ง	ข่	ฟ	พ	ย	ซ	ขำ
า	ฉ	ฝ	ม	ห	ณ	ท	ข์	า	ข	เ	ขุ	ภ	แ
ม	ก	ต	ขั้	ข่	ฉ	ห	น	ขั้	า	ผ	า	ใ	ข
ญ	ฝ	ะ	ะ	ขี	ส	ขำ	ค	ขั	ญ	ม	า	ก	ขึ
ก	ย	า	ร	ท	ล	เ	ะ	ท	ถ	ณ	ป	า	ง

สัตว์	ใบไม้
อาร์กติก	ป่า
ความงาม	ธารน้ำแข็ง
ผึ้ง	ภูเขา
หน้าผา	สงบ
เมฆ	แม่น้ำ
ทะเลทราย	นิ่ง
พลวัต	ที่หลบภัย
ร้อน	เขตร้อน
หมอก	สำคัญมาก

100 - Vacation #2

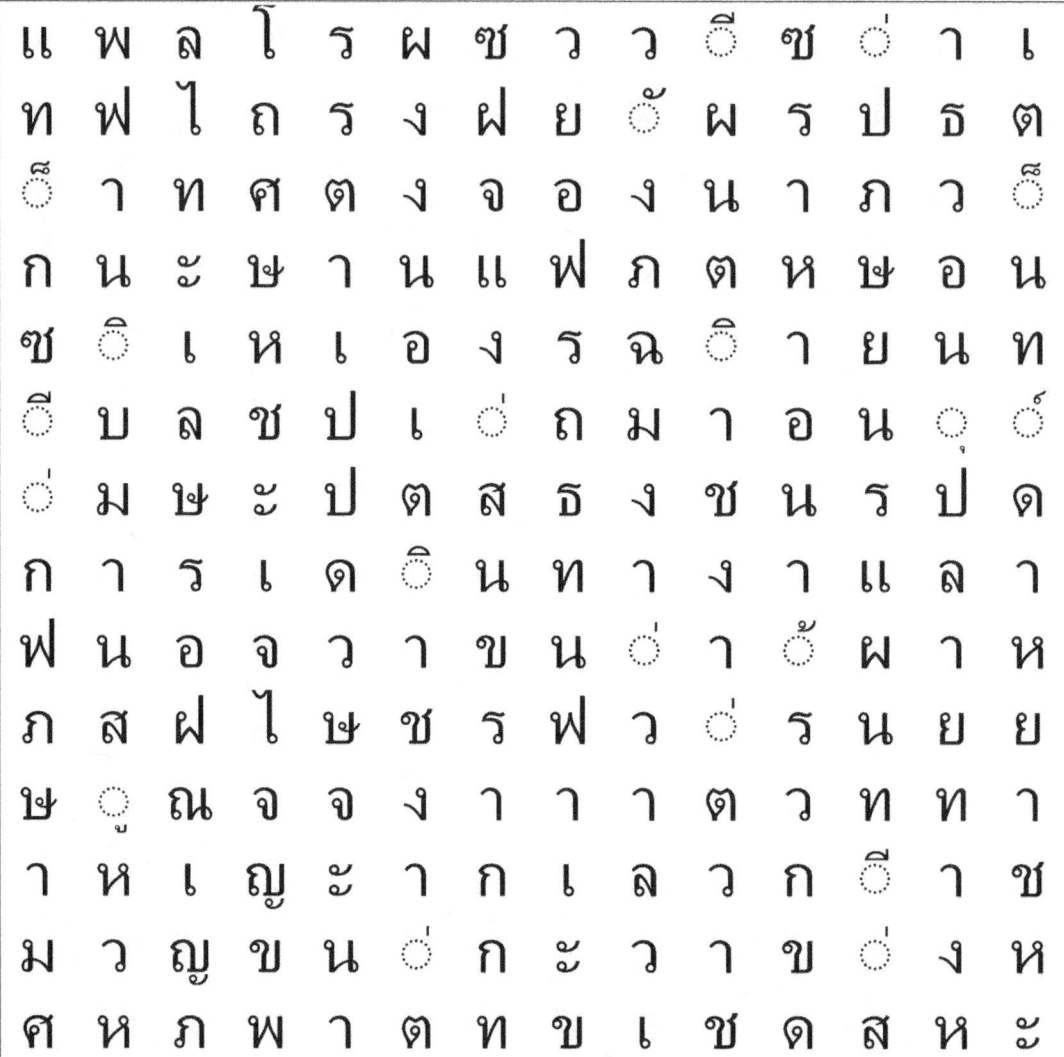

แ	พ	ล	โ	ร	ผ	ซ	ว	ว	อี	ซ	อ่	า	เ
ท	ฟ	ไ	ถ	ร	ง	ฝ	ย	อั	ผ	ร	ป	ธ	ต
อื	า	ท	ศ	ต	ง	จ	อ	ง	น	า	ภ	ว	อื
ก	น	ะ	ษ	า	น	แ	ฟ	ภ	ต	ห	ษ	อ	น
ซ	อิ	เ	ห	เ	อ	ง	ร	ฉ	อิ	า	ย	น	ท
อี	บ	ล	ช	ป	เ	อ่	ถ	ม	า	อ	น	อุ	อ์
อ่	ม	ษ	ะ	ป	ต	ส	ธ	ง	ช	น	ร	ป	ด
ก	า	ร	เ	ด	อิ	น	ท	า	ง	า	แ	ล	า
ฟ	น	อ	จ	ว	า	ข	น	อ่	า	อ้	ผ	า	ห
ภ	ส	ฝ	ไ	ษ	ช	ร	ฟ	ว	อ่	ร	น	ย	ย
ษ	อุ	ณ	จ	จ	ง	า	า	า	ต	ว	ท	ท	า
า	ห	เ	ญ	ะ	า	ก	เ	ล	ว	ก	อี	า	ช
ม	ว	ญ	ข	น	อ่	ก	ะ	ว	า	ข	อ่	ง	ห
ศ	ห	ภ	พ	า	ต	ท	ข	เ	ช	ด	ส	ห	ะ

สนามบิน   แผนที่
ชายหาด   ภูเขา
ปลายทาง   จอง
ต่างชาติ   ร้านอาหาร
ชาวต่างชาติ   ทะเล
วันหยุด   แท็กซี่
โรงแรม   เต็นท์
เกาะ   รถไฟ
การเดินทาง   การขนส่ง
เวลาว่าง   วีซ่า

1 - Antiques

2 - Food #1

3 - Measurements

4 - Farm #2

5 - Books

6 - Meditation

7 - Days and Months

8 - Energy

9 - Chess

10 - Archeology

11 - Food #2

12 - Chemistry

13 - Music

14 - Family

15 - Farm #1

16 - Camping

17 - Algebra

18 - Numbers

19 - Spices

20 - Universe

21 - Mammals

22 - Fishing

23 - Restaurant #1

24 - Bees

25 - Weather

26 - Adventure

27 - Circus

28 - Restaurant #2

29 - Geology

30 - House

31 - Physics

32 - Coffee

33 - Scientific Disciplines

34 - Science

35 - Beauty

36 - Clothes

37 - Insects

38 - Astronomy

39 - Health and Wellness #2

40 - Time

41 - Buildings

42 - Philanthropy

43 - Herbalism

44 - Vehicles

45 - Flowers

46 - Health and Wellness #1

47 - Town

48 - Antarctica

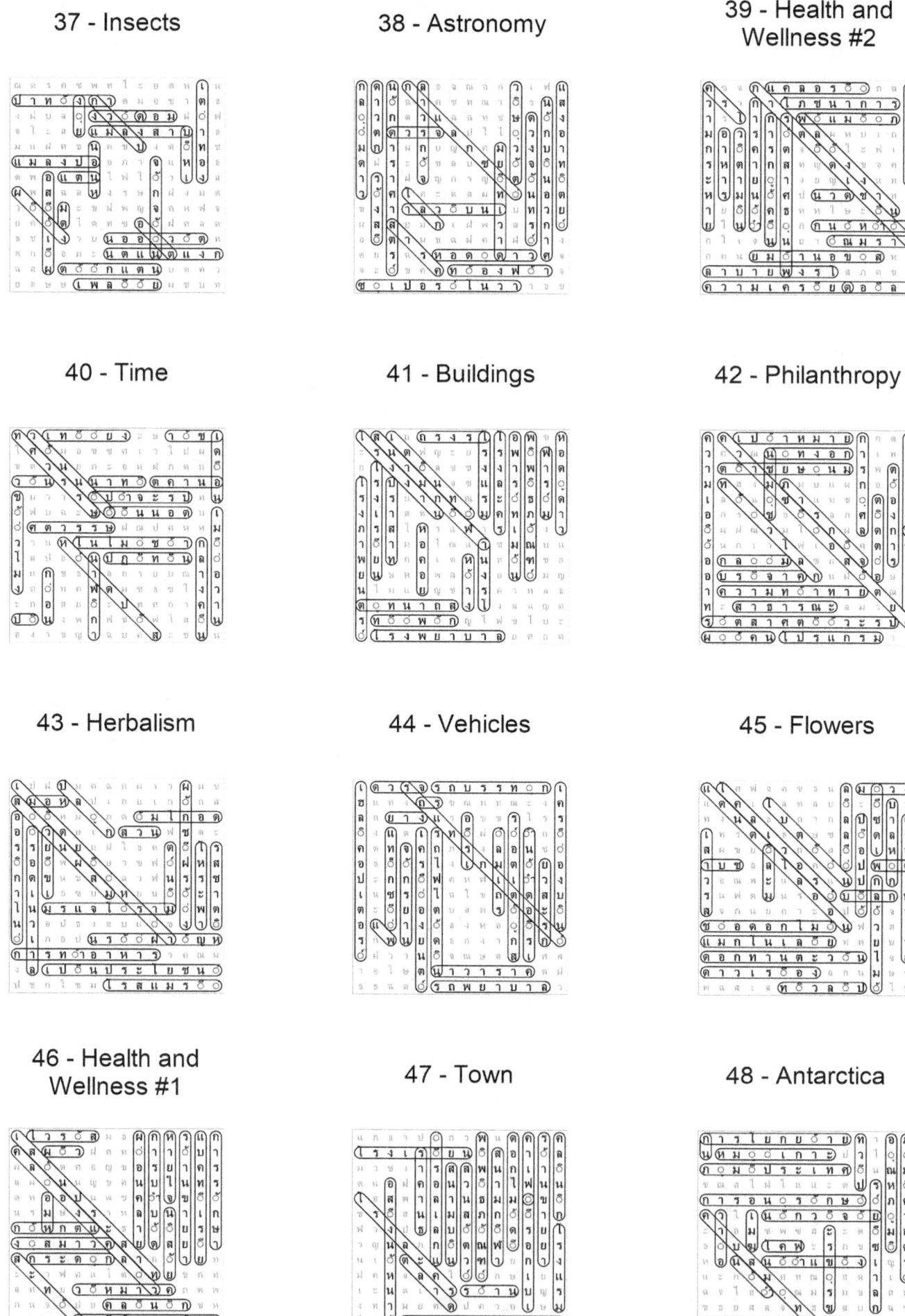

49 - Ballet

50 - Human Body

51 - Musical Instruments

52 - Fruit

53 - Engineering

54 - Kitchen

55 - Government

56 - Art Supplies

57 - Science Fiction

58 - Geometry

59 - Creativity

60 - Airplanes

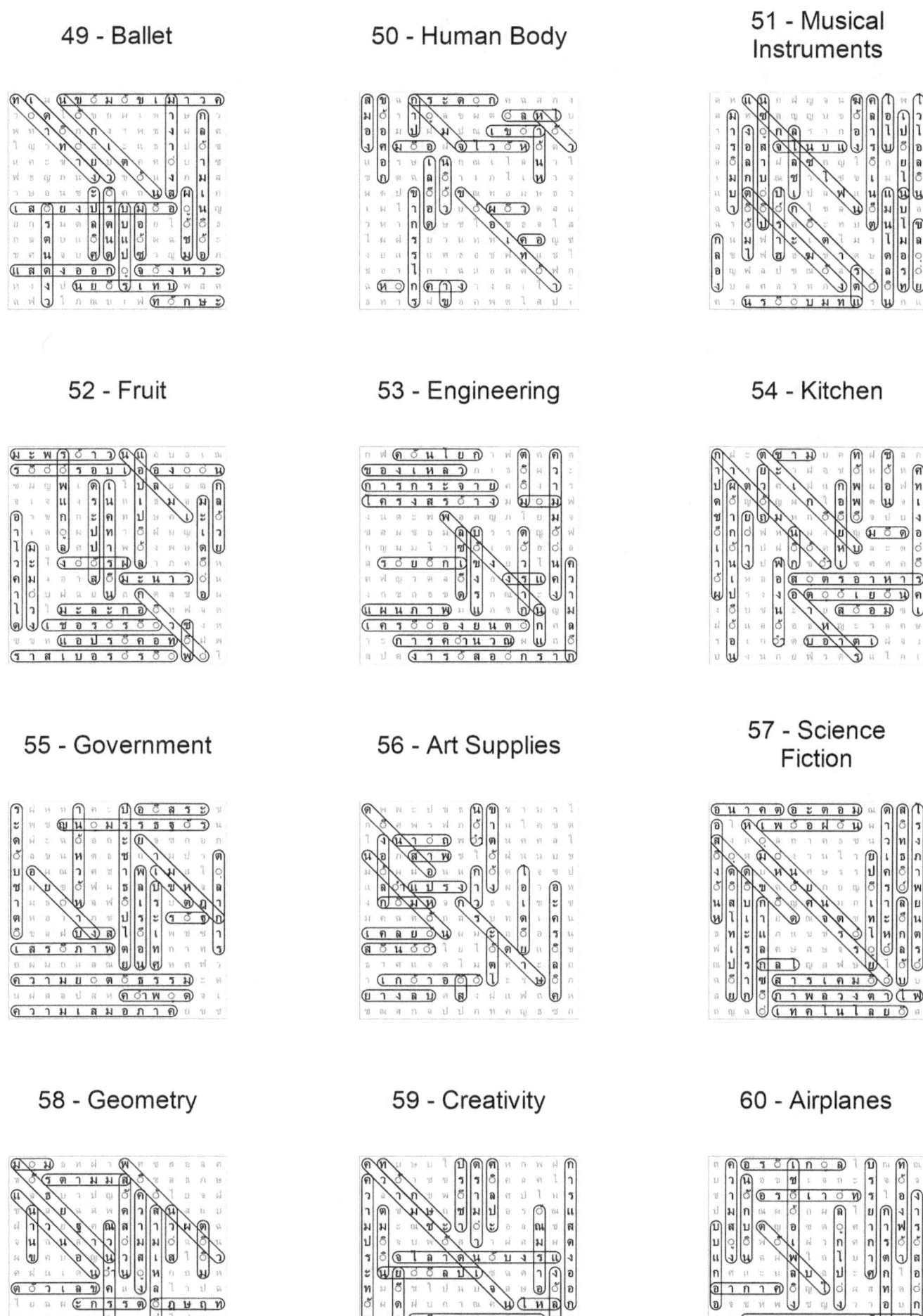

61 - Ocean

62 - Force and Gravity

63 - Birds

64 - Art

65 - Nutrition

66 - Hiking

67 - Professions #1

68 - Barbecues

69 - Chocolate

70 - Vegetables

71 - The Media

72 - Boats

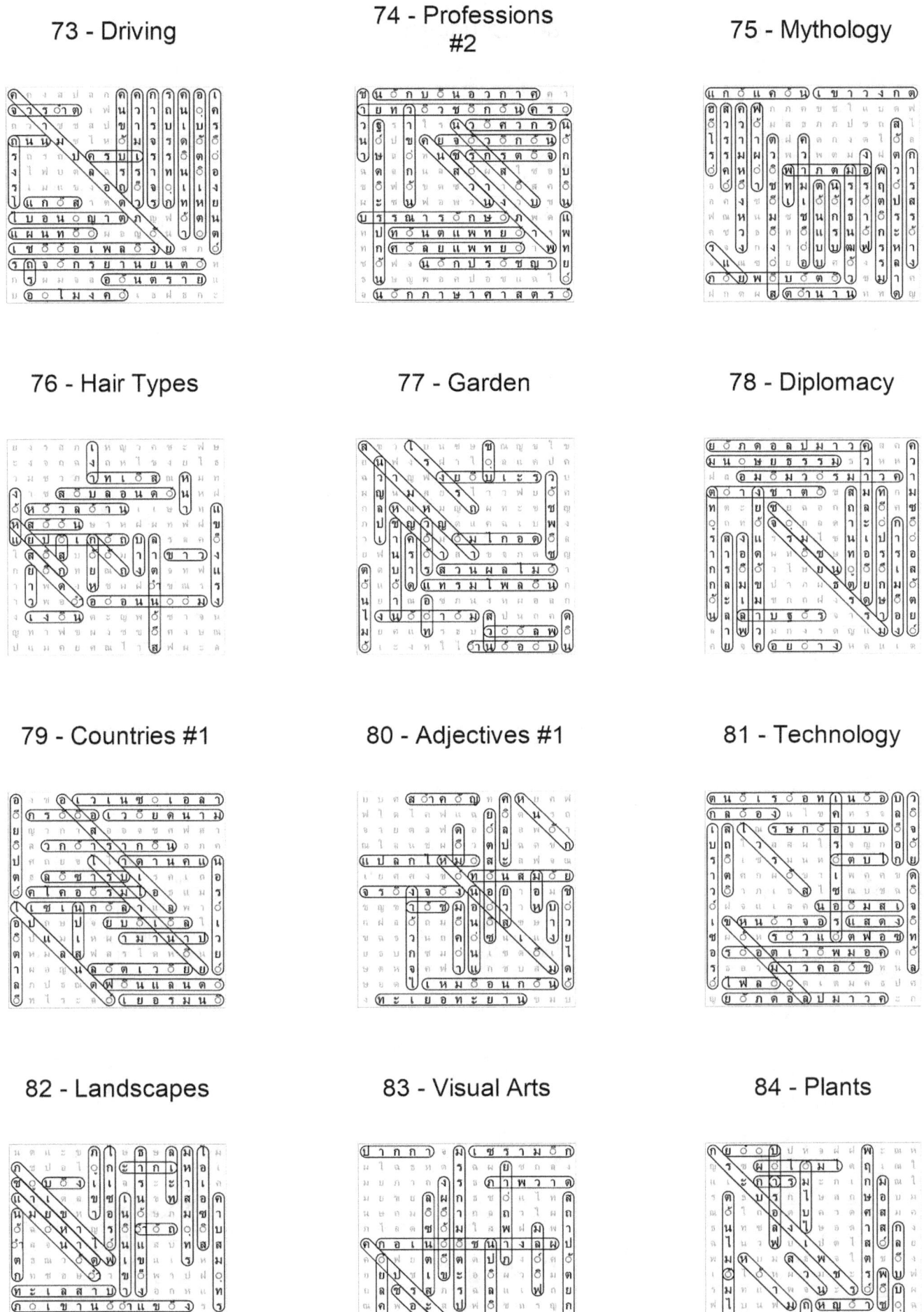

73 - Driving

74 - Professions #2

75 - Mythology

76 - Hair Types

77 - Garden

78 - Diplomacy

79 - Countries #1

80 - Adjectives #1

81 - Technology

82 - Landscapes

83 - Visual Arts

84 - Plants

85 - Boxing

86 - Countries #2

87 - Ecology

88 - Adjectives #2

89 - Psychology

90 - Math

91 - Water

92 - Activities

93 - Business

94 - The Company

95 - Literature

96 - Geography

97 - Pets

98 - Jazz

99 - Nature

100 - Vacation #2

Dictionary

Activities
กิจกรรมต่างๆ

Activity	กิจกรรม
Art	ศิลปะ
Ceramics	เซรามิก
Crafts	งานฝีมือ
Fishing	ตกปลา
Games	เกม
Gardening	การทำสวน
Hunting	ล่าสัตว์
Knitting	ถัก
Leisure	เวลาว่าง
Magic	มายากล
Painting	ภาพวาด
Photography	การถ่ายภาพ
Pleasure	ยินดี
Puzzles	ปริศนา
Reading	การอ่าน
Relaxation	ผ่อนคลาย
Sewing	การเย็บ
Skill	ทักษะ

Adjectives #1
คำคุณศัพท์ #1

Absolute	แน่นอน
Ambitious	ทะเยอทะยาน
Aromatic	หอม
Artistic	ศิลปะ
Attractive	มีเสน่ห์
Beautiful	สวย
Dark	มืด
Exotic	แปลกใหม่
Generous	ใจกว้าง
Happy	มีความสุข
Heavy	หนัก
Helpful	ช่วยได้
Honest	ซื่อสัตย์
Identical	เหมือนกัน
Important	สำคัญ
Modern	ทันสมัย
Serious	จริงจัง
Slow	ช้า
Thin	บาง
Valuable	มีค่า

Adjectives #2
คำคุณศัพท์ #2

Authentic	แท้
Creative	สร้างสรรค์
Descriptive	ธิบาย
Dramatic	ดราม่า
Dry	แห้ง
Elegant	สง่า
Famous	มีชื่อเสียง
Gifted	มีพรสวรรค์
Healthy	แข็งแรง
Hot	ร้อน
Hungry	หิว
Interesting	น่าสนใจ
Natural	เป็นธรรมชาติ
New	ใหม่
Productive	อุดมสมบูรณ์
Proud	ภูมิใจ
Responsible	รับผิดชอบ
Salty	เค็ม
Sleepy	ง่วงนอน
Wild	ป่า

Adventure
การผจญภัย

Activity	กิจกรรม
Beauty	ความงาม
Bravery	ความกล้าหาญ
Challenges	ความท้าทาย
Chance	โอกาส
Dangerous	อันตราย
Destination	ปลายทาง
Difficulty	ความยาก
Excursion	ทัศนศึกษา
Friends	เพื่อน
Joy	จอย
Nature	ธรรมชาติ
Navigation	นำร่อง
New	ใหม่
Preparation	การตระเตรียม
Safety	ความปลอดภัย
Surprising	น่าแปลกใจ
Travels	การเดินทาง
Unusual	ผิดปกติ

Airplanes
เครื่องบิน

Adventure	การผจญภัย
Air	อากาศ
Altitude	ระดับความสูง
Atmosphere	บรรยากาศ
Balloon	ลูกโป่ง
Construction	การก่อสร้าง
Crew	ลูกเรือ
Descent	การตกทอด
Design	ออกแบบ
Engine	เครื่องยนต์
Fuel	เชื้อเพลิง
Height	ความสูง
History	ประวัติศาสตร์
Hydrogen	ไฮโดรเจน
Landing	ท่าเรือ
Passenger	ผู้โดยสาร
Pilot	นักบิน
Propellers	ใบพัด
Sky	ท้องฟ้า
Turbulence	ความปั่นป่วน

Algebra
พีชคณิต

Diagram	แผนภาพ
Division	แผนก
Equation	สมการ
Exponent	ตัวแทน
Factor	ปัจจัย
False	เท็จ
Formula	สูตร
Fraction	เศษส่วน
Graph	กราฟ
Infinite	อนันต์
Linear	เชิงเส้น
Matrix	เมตริกซ์
Number	ตัวเลข
Parenthesis	วงเล็บ
Problem	ปัญหา
Simplify	ทำ
Solution	สารละลาย
Subtraction	การลบ
Variable	ตัวแปร
Zero	ศูนย์

Antarctica
ทวีปแอนตาร์กติกา

Bay	อ่าว
Birds	นก
Clouds	เมฆ
Conservation	การอนุรักษ์
Continent	ทวีป
Cove	โคฟ
Environment	สิ่งแวดล้อม
Expedition	การเดินทาง
Geography	ภูมิศาสตร์
Glaciers	กลาเซียร์
Ice	น้ำแข็ง
Islands	หมู่เกาะ
Migration	การโยกย้าย
Peninsula	คาบสมุทร
Researcher	นักวิจัย
Rocky	ขรุขระ
Scientific	วิทยาศาสตร์
Temperature	อุณหภูมิ
Topography	ภูมิประเทศ
Water	น้ำ

Antiques
ของเก่า

Art	ศิลปะ
Auction	ประมูล
Authentic	แท้
Century	ศตวรรษ
Coins	เหรียญ
Collector	นักสะสม
Decades	ทศวรรษ
Decorative	ตกแต่ง
Elegant	สง่า
Furniture	เฟอร์นิเจอร์
Gallery	แกลเลอรี่
Investment	การลงทุน
Old	แก่
Price	ราคา
Quality	คุณภาพ
Restoration	การฟื้นฟู
Sculpture	ประติมากรรม
Style	รูปแบบ
Unusual	ผิดปกติ
Value	ค่า

Archeology
โบราณคดี

Analysis	การวิเคราะห์
Ancient	โบราณ
Antiquity	สมัยโบราณ
Bones	กระดูก
Civilization	อารยธรรม
Descendant	ลูกหลาน
Era	ยุค
Evaluation	การประเมิน
Expert	ผู้เชี่ยวชาญ
Forgotten	ลืม
Fossil	ฟอสซิล
Fragments	เศษ
Mystery	ความลึกลับ
Objects	วัตถุ
Relic	ของที่ระลึก
Researcher	นักวิจัย
Team	ทีม
Temple	วัด
Tomb	หลุมฝังศพ
Unknown	ไม่ทราบ

Art
ศิลปะ

Ceramic	เซรามิค
Complex	ซับซ้อน
Composition	ส่วนประกอบ
Create	สร้าง
Expression	การแสดงออก
Honest	ซื่อสัตย์
Mood	อารมณ์
Original	ต้นฉบับ
Paintings	ภาพวาด
Personal	ส่วนตัว
Poetry	บทกวี
Portray	วาดภาพ
Sculpture	ประติมากรรม
Simple	ง่าย
Subject	เรื่อง
Surrealism	สถิตยศาสตร์
Symbol	สัญลักษณ์
Visual	ภาพ

Art Supplies
อุปกรณ์ศิลปะ

Acrylic	อะคริลิค
Brushes	แปรง
Camera	กล้อง
Chair	เก้าอี้
Charcoal	ถ่าน
Clay	เคลย์
Colors	สี
Easel	ขาตั้ง
Eraser	ยางลบ
Glue	กาว
Ideas	ไอเดีย
Ink	หมึก
Oil	น้ำมัน
Paper	กระดาษ
Pastels	พาส
Pencils	ดินสอ
Table	โต๊ะ
Water	น้ำ
Watercolors	สีน้ำ

Astronomy
ดาราศาสตร์

Astronaut	นักบินอวกาศ
Astronomer	นักดาราศาสตร์
Constellation	กลุ่มดาว
Earth	โลก
Eclipse	คราส
Equinox	วิษุวัต
Galaxy	กาแลกซี่
Meteor	ดาวตก
Moon	ดวงจันทร์
Nebula	เนบิวลา
Observatory	หอดูดาว
Planet	ดาวเคราะห์
Radiation	รังสี
Rocket	จรวด
Satellite	ดาวเทียม
Sky	ท้องฟ้า
Solar	แสงอาทิตย์
Supernova	ซูเปอร์โนวา
Universe	จักรวาล
Zodiac	จักรราศี

Ballet
บัลเล่ต์

Applause	เสียงปรบมือ
Artistic	ศิลปะ
Audience	ผู้ชม
Composer	นักแต่งเพลง
Dancers	นักเต้น
Expressive	แสดงออก
Gesture	ท่าทาง
Graceful	สง่างาม
Intensity	ความเข้มข้น
Lessons	บทเรียน
Muscles	กล้ามเนื้อ
Music	ดนตรี
Orchestra	วงดนตรี
Practice	ซ้อม
Rhythm	จังหวะ
Skill	ทักษะ
Solo	เดี่ยว
Style	รูปแบบ
Technique	เทคนิค

Barbecues
บาร์บีคิว

Chicken	ไก่
Dinner	อาหารเย็น
Family	ครอบครัว
Food	อาหาร
Forks	ส้อม
Friends	เพื่อน
Fruit	ผลไม้
Games	เกม
Grill	ย่าง
Hot	ร้อน
Hunger	ความหิว
Knives	มีด
Lunch	อาหารกลางวัน
Music	ดนตรี
Salads	สลัด
Salt	เกลือ
Sauce	ซอส
Summer	ฤดูร้อน
Tomatoes	มะเขือเทศ
Vegetables	ผัก

Beauty
ความงาม

Charm	เสน่ห์
Color	สี
Cosmetics	เครื่องสำอาง
Curls	หยิก
Elegance	ความงดงาม
Elegant	สง่า
Fragrance	กลิ่นหอม
Grace	เกรซ
Lipstick	ลิปสติก
Makeup	แต่งหน้า
Mascara	มาสคาร่า
Mirror	กระจก
Oils	น้ำมัน
Photogenic	ถ่ายรูป
Products	ผลิตภัณฑ์
Scissors	กรรไกร
Services	บริการ
Shampoo	แชมพู
Skin	ผิว
Stylist	สไตลิสต์

Bees
ผึ้ง

Beneficial	เป็นประโยชน์
Blossom	ดอก
Diversity	ความหลากหลาย
Ecosystem	ระบบนิเวศ
Flowers	ดอกไม้
Food	อาหาร
Fruit	ผลไม้
Garden	สวน
Habitat	ที่อยู่อาศัย
Hive	รัง
Honey	น้ำผึ้ง
Insect	แมลง
Plants	พืช
Pollen	เรณู
Queen	ควีน
Smoke	ควัน
Sun	ดวงอาทิตย์
Swarm	ฝูง
Wax	ขี้ผึ้ง
Wings	ปีก

Birds
นก

Canary	คานารี
Chicken	ไก่
Crow	อีกา
Cuckoo	นกกาเหว่า
Duck	เป็ด
Eagle	อินทรี
Egg	ไข่
Flamingo	ฟลามิงโก
Goose	ห่าน
Gull	นางนวล
Heron	กระสา
Ostrich	นกกระจอกเทศ
Parrot	นกแก้ว
Peacock	นกยูง
Pelican	นกกระทุง
Penguin	เพนกวิน
Sparrow	กระจอก
Stork	นกกระสา
Swan	หงส์
Toucan	ทูแคน

Boats
เรือ

Anchor	สมอ
Buoy	ทุ่น
Canoe	แคนู
Crew	ลูกเรือ
Dock	ท่าเรือ
Engine	เครื่องยนต์
Ferry	เรือข้ามฟาก
Kayak	คายัค
Lake	ทะเลสาบ
Lifeboat	เรือชูชีพ
Mast	เสา
Ocean	มหาสมุทร
Raft	แพ
River	แม่น้ำ
Rope	เชือก
Sailboat	เรือใบ
Sailor	กะลาสี
Sea	ทะเล
Waves	คลื่น
Yacht	เรือยอชท์

Books
หนังสือ

Adventure	การผจญภัย
Author	ผู้เขียน
Collection	ชุด
Context	บริบท
Duality	ความเป็นคู่
Epic	มหากาพย์
Historical	ประวัติศาสตร์
Humorous	ตลก
Inventive	ประดิษฐ์
Literary	วรรณกรรม
Narrator	ผู้บรรยาย
Novel	นิยาย
Page	หน้า
Poem	กลอน
Poetry	บทกวี
Reader	ผู้อ่าน
Relevant	ที่เกี่ยวข้อง
Story	เรื่องราว
Tragic	อนาถ
Written	เขียน

Boxing
การต่อยมวย

Bell	ระฆัง
Body	ร่างกาย
Chin	คาง
Corner	มุม
Elbow	ข้อศอก
Exhausted	เหนื่อย
Fighter	นักสู้
Fist	กำปั้น
Focus	โฟกัส
Gloves	ถุงมือ
Kick	เตะ
Opponent	คู่แข่ง
Points	คะแนน
Quick	เร็ว
Recovery	การกู้คืน
Referee	ผู้ตัดสิน
Ropes	เชือก
Skill	ทักษะ
Strength	แรง

Buildings
สิ่งปลูกสร้าง

Apartment	อพาร์ทเม้น
Barn	โรงนา
Cabin	ห้าง
Castle	ปราสาท
Cinema	โรงภาพยนตร์
Embassy	สถานทูต
Factory	โรงงาน
Farm	ฟาร์ม
Garage	โรงรถ
Hospital	โรงพยาบาล
Hostel	ที่พัก
Hotel	โรงแรม
Museum	พิพิธภัณฑ์
Observatory	หอดูดาว
School	โรงเรียน
Stadium	สนามกีฬา
Tent	เต็นท์
Theater	โรงละคร
Tower	หอคอย
University	มหาวิทยาลัย

Business
ธุรกิจ

Budget	งบประมาณ
Career	อาชีพ
Company	บริษัท
Cost	ค่าใช้จ่าย
Currency	เงินตรา
Discount	ส่วนลด
Economics	เศรษฐศาสตร์
Employee	พนักงาน
Employer	นายจ้าง
Factory	โรงงาน
Finance	การเงิน
Income	รายได้
Investment	การลงทุน
Manager	ผู้จัดการ
Merchandise	สินค้า
Money	เงิน
Office	ออฟฟิศ
Sale	ขาย
Shop	ร้าน
Taxes	ภาษี

Camping
ค่ายพักแรม

Adventure	การผจญภัย
Animals	สัตว์
Cabin	ห้าง
Canoe	แคนู
Compass	เข็มทิศ
Fire	ไฟ
Forest	ป่า
Fun	สนุก
Hammock	เปลญวน
Hat	หมวก
Hunting	ล่าสัตว์
Insect	แมลง
Lake	ทะเลสาบ
Map	แผนที่
Moon	ดวงจันทร์
Mountain	ภูเขา
Nature	ธรรมชาติ
Rope	เชือก
Tent	เต็นท์
Trees	ต้นไม้

Chemistry
เคมีภัณฑ์

Acid	กรด
Alkaline	ด่าง
Atomic	อะตอม
Carbon	คาร์บอน
Catalyst	ตัวเร่ง
Chlorine	คลอรีน
Electron	อิเล็กตรอน
Enzyme	เอนไซม์
Gas	แก๊ส
Heat	ความร้อน
Hydrogen	ไฮโดรเจน
Ion	ไอออน
Liquid	ของเหลว
Molecule	โมเลกุล
Nuclear	นิวเคลียร์
Organic	อินทรีย์
Oxygen	ออกซิเจน
Salt	เกลือ
Temperature	อุณหภูมิ
Weight	น้ำหนัก

Chess
หมากรุก

Black	สีดำ
Challenges	ความท้าทาย
Champion	แชมป์
Clever	ฉลาด
Diagonal	เส้นทแยงมุม
Game	เกม
King	กษัตริย์
Opponent	คู่แข่ง
Passive	รุ
Player	ผู้เล่น
Points	คะแนน
Queen	ควีน
Rules	กฎ
Sacrifice	อุทิศ
Strategy	กลยุทธ์
Time	เวลา
To Learn	เรียนรู้
Tournament	การแข่งขัน
White	ขาว

Chocolate
ช็อกโกแลต

Aroma	กลิ่นหอม
Artisanal	ช่างฝีมือ
Bitter	ขม
Cacao	โกโก้
Calories	แคลอรี่
Candy	ลูกอม
Caramel	คาราเมล
Coconut	มะพร้าว
Delicious	อร่อย
Exotic	แปลกใหม่
Favorite	ที่ชื่นชอบ
Flavor	รสชาติ
Ingredient	ส่วนผสม
Peanuts	ถั่ว
Quality	คุณภาพ
Recipe	สูตรอาหาร
Sugar	น้ำตาล
Sweet	หวาน
Taste	รส
To Eat	กิน

Circus
ละครสัตว์

Acrobat	กายกรรม
Animals	สัตว์
Balloons	ลูกโป่ง
Candy	ลูกอม
Clown	ตัวตลก
Costume	ชุดแต่งกาย
Elephant	ช้าง
Juggler	จักเกอร์
Lion	สิงโต
Magic	มายากล
Magician	นักมายากล
Monkey	ลิง
Music	ดนตรี
Parade	ขบวนแห่
Show	แสดง
Spectacular	งดงาม
Tent	เต็นท์
Ticket	ตั๋ว
Tiger	เสือ
Trick	เคล็ดลับ

Clothes
เสื้อผ้า

Apron	ผ้ากันเปื้อน
Belt	เข็มขัด
Bracelet	สร้อยข้อมือ
Coat	เสื้อโค้ท
Dress	ชุด
Fashion	แฟชั่น
Gloves	ถุงมือ
Hat	หมวก
Jacket	แจ็คเก็ต
Jeans	ยีนส์
Necklace	สร้อยคอ
Pajamas	ชุดนอน
Pants	กางเกง
Sandals	รองเท้าแตะ
Scarf	ผ้าพันคอ
Shirt	เสื้อ
Shoe	รองเท้า
Skirt	กระโปรง
Socks	ถุงเท้า
Sweater	เสื้อคลุม

Coffee
กาแฟ

Aroma	กลิ่นหอม
Beverage	เครื่องดื่ม
Bitter	ขม
Black	สีดำ
Caffeine	คาเฟอีน
Cream	ครีม
Cup	ถ้วย
Filter	กรอง
Flavor	รสชาติ
Grind	บด
Liquid	ของเหลว
Milk	นม
Morning	เช้า
Origin	ที่มา
Price	ราคา
Sugar	น้ำตาล
To Drink	ดื่ม
Variety	ความหลากหลาย
Water	น้ำ

Countries #1
ประเทศ #1

Brazil	บราซิล
Canada	แคนาดา
Egypt	อียิปต์
Finland	ฟินแลนด์
Germany	เยอรมนี
Iraq	อิรัก
Israel	อิสราเอล
Italy	อิตาลี
Latvia	ลัตเวีย
Libya	ลิเบีย
Morocco	โมร็อคโค
Nicaragua	นิการากัว
Norway	นอร์เวย์
Panama	ปานามา
Poland	โปแลนด์
Romania	โรมาเนีย
Senegal	เซเนกัล
Spain	สเปน
Venezuela	เวเนซุเอลา
Vietnam	เวียดนาม

Countries #2
ประเทศ #2

Albania	แอลเบเนีย
Denmark	เดนมาร์ก
Ethiopia	เอธิโอเปีย
Greece	กรีซ
Haiti	เฮติ
Jamaica	จาไมก้า
Japan	ญี่ปุ่น
Laos	ลาว
Lebanon	เลบานอน
Liberia	ไลบีเรีย
Mexico	เม็กซิโก
Nepal	เนปาล
Nigeria	ไนจีเรีย
Pakistan	ปากีสถาน
Russia	รัสเซีย
Somalia	โซมาเลีย
Sudan	ซูดาน
Syria	ซีเรีย
Uganda	ยูกันดา
Ukraine	ยูเครน

Creativity
ความคิดสร้างสรรค์

Artistic	ศิลปะ
Authenticity	แท้
Changing	เปลี่ยน
Clarity	ความชัดเจน
Dramatic	ดราม่า
Emotions	อารมณ์
Expression	การแสดงออก
Fluidity	ไหล
Ideas	ไอเดีย
Image	ภาพ
Imagination	จินตนาการ
Impression	ความประทับใจ
Inspiration	แรงบันดาลใจ
Intensity	ความเข้มข้น
Intuition	ปรีชา
Inventive	ประดิษฐ์
Skill	ทักษะ
Spontaneous	โดยธรรมชาติ
Visions	นิมิต
Vitality	พลัง

Days and Months
วันและเดือน

April	เมษายน
August	สิงหาคม
Calendar	ปฏิทิน
February	กุมภาพันธ์
Friday	วันศุกร์
January	มกราคม
July	กรกฎาคม
March	มีนาคม
Monday	วันจันทร์
Month	เดือน
November	พฤศจิกายน
October	ตุลาคม
Saturday	วันเสาร์
September	กันยายน
Sunday	วันอาทิตย์
Thursday	วันพฤหัสบดี
Tuesday	วันอังคาร
Wednesday	วันพุธ
Week	สัปดาห์
Year	ปี

Diplomacy
การทูต

Adviser	ที่ปรึกษา
Ambassador	เอกอัครราชทูต
Citizens	พลเมือง
Community	ชุมชน
Conflict	ความขัดแย้ง
Cooperation	ความร่วมมือ
Diplomatic	นักการทูต
Discussion	อย่าง
Embassy	สถานทูต
Ethics	จริยธรรม
Foreign	ต่างชาติ
Government	รัฐบาล
Humanitarian	มนุษยธรรม
Integrity	ความซื่อสัตย์
Justice	ความยุติธรรม
Politics	การเมือง
Resolution	ความละเอียด
Security	ความปลอดภัย
Solution	สารละลาย
Treaty	สนธิสัญญา

Driving
การขับรถ

Accident	อุบัติเหตุ
Brakes	เบรค
Car	รถ
Danger	อันตราย
Driver	คนขับรถ
Fuel	เชื้อเพลิง
Garage	โรงรถ
Gas	แก๊ส
License	ใบอนุญาต
Map	แผนที่
Motor	เครื่องยนต์
Motorcycle	รถจักรยานยนต์
Pedestrian	คนเดินเท้า
Police	ตำรวจ
Safety	ความปลอดภัย
Speed	ความเร็ว
Street	ถนน
Traffic	การจราจร
Truck	รถบรรทุก
Tunnel	อุโมงค์

Ecology
นิเวศวิทยา

Climate	ภูมิอากาศ
Communities	ชุมชน
Diversity	ความหลากหลาย
Drought	แล้ง
Fauna	สัตว์ป่า
Flora	ฟลอรา
Global	ทั่วโลก
Habitat	ที่อยู่อาศัย
Marine	ทะเล
Marsh	บึง
Mountains	ภูเขา
Natural	เป็นธรรมชาติ
Nature	ธรรมชาติ
Resources	ทรัพยากร
Species	สายพันธุ์
Survival	การอยู่รอด
Sustainable	ยั่งยืน
Vegetation	พืช
Volunteers	อาสาสมัคร

Energy
พลังงาน

Battery	แบตเตอรี่
Carbon	คาร์บอน
Diesel	ดีเซล
Electric	ไฟฟ้า
Electron	อิเล็กตรอน
Entropy	เอนโทรปี
Environment	สิ่งแวดล้อม
Fuel	เชื้อเพลิง
Gasoline	น้ำมันเบนซิน
Heat	ความร้อน
Hydrogen	ไฮโดรเจน
Industry	อุตสาหกรรม
Motor	เครื่องยนต์
Nuclear	นิวเคลียร์
Photon	โฟตอน
Pollution	มลพิษ
Renewable	ทดแทน
Steam	ไอน้ำ
Turbine	กังหัน
Wind	ลม

Engineering
วิศวกรรม

Angle	มุม
Axis	แกน
Calculation	การคำนวณ
Construction	การก่อสร้าง
Depth	ความลึก
Diagram	แผนภาพ
Diesel	ดีเซล
Dimensions	มิติ
Distribution	การกระจาย
Energy	พลังงาน
Gears	เกียร์
Levers	คันโยก
Liquid	ของเหลว
Machine	เครื่องจักร
Measurement	การวัด
Motor	เครื่องยนต์
Propulsion	แรงขับ
Stability	ความมั่นคง
Strength	แรง
Structure	โครงสร้าง

Family
ครอบครัว

Ancestor	บรรพบุรุษ
Aunt	ป้า
Brother	น้องชาย
Child	เด็ก
Childhood	วัยเด็ก
Cousin	ลูกพี่ลูกน้อง
Daughter	ลูกสาว
Grandchild	หลาน
Grandfather	ปู่
Grandmother	ยาย
Husband	สามี
Maternal	มารดา
Mother	แม่
Nephew	หลานชาย
Niece	หลานสาว
Paternal	พ่อ
Sister	น้องสาว
Twins	ฝาแฝด
Uncle	ลุง
Wife	ภรรยา

Farm #1
ฟาร์ม #1

Agriculture	เกษตรกรรม
Bee	ผึ้ง
Bison	กระทิง
Calf	น่อง
Cat	แมว
Chicken	ไก่
Cow	วัว
Crow	อีกา
Dog	หมา
Donkey	ลา
Fence	รั้ว
Fertilizer	ปุ๋ย
Field	สนาม
Goat	แพะ
Hay	ฟาง
Honey	น้ำผึ้ง
Horse	ม้า
Rice	ข้าว
Seeds	เมล็ด
Water	น้ำ

Farm #2
ฟาร์ม #2

Animals	สัตว์
Barley	บาร์เล่ย์
Barn	โรงนา
Corn	ข้าวโพด
Duck	เป็ด
Farmer	ชาวนา
Food	อาหาร
Fruit	ผลไม้
Irrigation	ชลประทาน
Lamb	ลูกแกะ
Llama	ลามา
Meadow	ทุ่งหญ้า
Milk	นม
Orchard	สวนผลไม้
Sheep	แกะ
Shepherd	คนเลี้ยงแกะ
Tractor	รถแทรกเตอร์
Vegetable	ผัก
Wheat	ข้าวสาลี
Windmill	กังหัน

Fishing
ตกปลา

Bait	เหยื่อ
Basket	ตะกร้า
Beach	ชายหาด
Boat	เรือ
Cook	ทำอาหาร
Equipment	อุปกรณ์
Fins	ครีบ
Gills	เหงือก
Hook	ตะขอ
Jaw	ขากรรไกร
Lake	ทะเลสาบ
Ocean	มหาสมุทร
Patience	ความอดทน
River	แม่น้ำ
Scales	ตาชั่ง
Season	ฤดู
Water	น้ำ
Weight	น้ำหนัก
Wire	ลวด

Flowers
ดอกไม้

Bouquet	ช่อดอกไม้
Calendula	ดาวเรือง
Clover	โคลเวอร์
Daisy	เดซี่
Dandelion	แดนดิไลออน
Gardenia	พุด
Hibiscus	ชบา
Jasmine	มะลิ
Lavender	ลาเวนเดอร์
Lilac	ม่วง
Lily	ลิลลี่
Magnolia	แมกโนเลีย
Orchid	กล้วยไม้
Passionflower	เสาวรส
Peony	โบตั๋น
Petal	กลีบ
Poppy	ป๊อปปี้
Rose	กุหลาบ
Sunflower	ดอกทานตะวัน
Tulip	ทิวลิป

Food #1
อาหาร #1

Apricot	แอปริคอท
Barley	บาร์เล่ย์
Basil	โหระพา
Carrot	แครอท
Cinnamon	อบเชย
Garlic	กระเทียม
Juice	น้ำผลไม้
Lemon	มะนาว
Milk	นม
Onion	หัวหอม
Peanut	ถั่วลิสง
Pear	ลูกแพร์
Salad	สลัด
Salt	เกลือ
Soup	ซุป
Spinach	ผักโขม
Sugar	น้ำตาล
Tofu	เต้าหู้
Tuna	ทูน่า
Turnip	หัวผักกาด

Food #2
อาหาร #2

Apple	แอปเปิ้ล
Artichoke	อาติโช๊ค
Banana	กล้วย
Broccoli	บรอกโคลี
Celery	ขึ้นฉ่าย
Cheese	ชีส
Cherry	เชอร์รี่
Chicken	ไก่
Chocolate	ช็อคโกแลต
Egg	ไข่
Eggplant	มะเขือ
Fish	ปลา
Grape	องุ่น
Ham	แฮม
Kiwi	กีวี่
Mushroom	เห็ด
Rice	ข้าว
Tomato	มะเขือเทศ
Wheat	ข้าวสาลี
Yogurt	โยเกิร์ต

Force and Gravity
แรงและแรงโน้มถ่วง

Axis	แกน
Center	ศูนย์กลาง
Discovery	การค้นพบ
Distance	ระยะทาง
Dynamic	พลวัต
Expansion	การขยายตัว
Friction	แรงเสียดทาน
Impact	ผลกระทบ
Magnetism	แม่เหล็ก
Mechanics	กลศาสตร์
Momentum	โมเมนตัม
Motion	การเคลื่อนไหว
Orbit	วงโคจร
Physics	ฟิสิกส์
Pressure	ความดัน
Properties	คุณสมบัติ
Speed	ความเร็ว
Time	เวลา
Universal	สากล
Weight	น้ำหนัก

Fruit
ผลไม้

Apple	แอปเปิ้ล
Apricot	แอปริคอท
Avocado	อาโวคาโด
Banana	กล้วย
Berry	เบอร์รี่
Cherry	เชอร์รี่
Coconut	มะพร้าว
Fig	มะเดื่อ
Grape	องุ่น
Guava	ฝรั่ง
Kiwi	กีวี่
Lemon	มะนาว
Mango	มะม่วง
Melon	เมลอน
Nectarine	เนคทารีน
Papaya	มะละกอ
Peach	พีช
Pear	ลูกแพร์
Pineapple	สัปปะรด
Raspberry	ราสเบอร์รี่

Garden
สวนหย่อม

Bench	ม้านั่ง
Bush	บุช
Fence	รั้ว
Flower	ดอกไม้
Garage	โรงรถ
Garden	สวน
Grass	หญ้า
Hammock	เปลญวน
Hose	ท่อ
Lawn	สนามหญ้า
Orchard	สวนผลไม้
Pond	บ่อน้ำ
Porch	ระเบียง
Rake	คราด
Shovel	พลั่ว
Soil	ดิน
Terrace	ชานบ้าน
Trampoline	แทรมโพลีน
Tree	ต้นไม้
Weeds	วัชพืช

Geography
ภูมิศาสตร์

Altitude	ระดับความสูง
Atlas	แอตลาส
City	เมือง
Continent	ทวีป
Country	ประเทศ
Hemisphere	ซีกโลก
Island	เกาะ
Latitude	ละติจูด
Map	แผนที่
Meridian	เมอริเดียน
Mountain	ภูเขา
North	ทิศเหนือ
Ocean	มหาสมุทร
Region	ภาค
River	แม่น้ำ
Sea	ทะเล
South	ใต้
Territory	อาณาเขต
West	ตะวันตก
World	โลก

Geology
ธรณีวิทยา

Acid	กรด
Calcium	แคลเซียม
Cavern	ถ้ำ
Continent	ทวีป
Coral	ปะการัง
Crystals	คริสตัล
Cycles	รอบ
Earthquake	แผ่นดินไหว
Erosion	ร่อน
Fossil	ฟอสซิล
Geyser	ไกเซอร์
Lava	ลาวา
Layer	ชั้น
Minerals	แร่ธาตุ
Plateau	ที่ราบสูง
Quartz	ควอทซ์
Salt	เกลือ
Stalactite	หินย้อย
Stone	หิน
Volcano	ภูเขาไฟ

Geometry
รูปทรงเรขาคณิต

Angle	มุม
Calculation	การคำนวณ
Circle	วงกลม
Curve	เส้นโค้ง
Dimension	มิติ
Equation	สมการ
Height	ความสูง
Horizontal	แนวนอน
Logic	ตรรกะ
Mass	มวล
Median	มัธยฐาน
Number	ตัวเลข
Parallel	ขนาน
Proportion	สัดส่วน
Segment	ส่วน
Surface	พื้นผิว
Symmetry	สมมาตร
Theory	ทฤษฎี
Triangle	สามเหลี่ยม
Vertical	แนวตั้ง

Government
รัฐบาล

Civil	พลเรือน
Constitution	รัฐธรรมนูญ
Democracy	ประชาธิปไตย
Discussion	อย่าง
District	เขต
Equality	ความเสมอภาค
Independence	อิสระ
Judicial	ตุลาการ
Justice	ความยุติธรรม
Law	กฎหมาย
Leader	หัวหน้า
Liberty	เสรีภาพ
Monument	อนุสาวรีย์
Nation	ประเทศ
National	ระดับชาติ
Peaceful	สงบ
Politics	การเมือง
Speech	คำพูด
State	รัฐ
Symbol	สัญลักษณ์

Hair Types
ประเภทผม

Bald	หัวล้าน
Black	สีดำ
Blond	สีบลอนด์
Braided	ถัก
Braids	ถักเปีย
Brown	สีน้ำตาล
Colored	สี
Curly	หยิก
Dry	แห้ง
Gray	สีเทา
Healthy	แข็งแรง
Long	ยาว
Shiny	เงา
Short	สั้น
Silver	เงิน
Soft	อ่อนนุ่ม
Thick	หนา
Thin	บาง
Wavy	หยัก
White	ขาว

Health and Wellness #1
สุขภาพและสุขภาพ #1

Active	คล่องแคล่ว
Bacteria	แบคทีเรีย
Bones	กระดูก
Clinic	คลินิก
Doctor	หมอ
Fracture	แตกหัก
Habit	นิสัย
Height	ความสูง
Hormones	ฮอร์โมน
Hunger	ความหิว
Muscles	กล้ามเนื้อ
Nerves	เส้นประสาท
Pharmacy	ร้านขายยา
Reflex	สะท้อน
Relaxation	ผ่อนคลาย
Skin	ผิว
Therapy	การบำบัด
To Breathe	หายใจ
Treatment	การรักษา
Virus	ไวรัส

Health and Wellness #2
สุขภาพและสุขภาพ #2

English	Thai
Allergy	ภูมิแพ้
Appetite	ความกระหาย
Blood	เลือด
Calorie	แคลอรี่
Dehydration	การคายน้ำ
Diet	อาหาร
Disease	โรค
Energy	พลังงาน
Genetics	พันธุศาสตร์
Healthy	แข็งแรง
Hospital	โรงพยาบาล
Hygiene	สุขอนามัย
Infection	การติดเชื้อ
Massage	นวด
Mood	อารมณ์
Nutrition	โภชนาการ
Recovery	การกู้คืน
Stress	ความเครียด
Vitamin	วิตามิน
Weight	น้ำหนัก

Herbalism
ยาสมุนไพร

English	Thai
Aromatic	หอม
Basil	โหระพา
Beneficial	เป็นประโยชน์
Culinary	การทำอาหาร
Fennel	เม็ดยี่หร่า
Flavor	รสชาติ
Flower	ดอกไม้
Garden	สวน
Garlic	กระเทียม
Green	เขียว
Ingredient	ส่วนผสม
Lavender	ลาเวนเดอร์
Marjoram	มาร์โจแรม
Mint	มินต์
Oregano	ออริกาโน่
Parsley	ผักชีฝรั่ง
Plant	ปลูก
Rosemary	โรสแมรี่
Saffron	หญ้าฝรั่น
Tarragon	ทาร์รากอน

Hiking
เดินป่า

English	Thai
Animals	สัตว์
Boots	รองเท้าบูท
Cliff	หน้าผา
Climate	ภูมิอากาศ
Guides	คำแนะนำ
Hazards	อันตราย
Heavy	หนัก
Map	แผนที่
Mosquitoes	ยุง
Mountain	ภูเขา
Nature	ธรรมชาติ
Orientation	ปฐมนิเทศ
Preparation	การตระเตรียม
Stones	หิน
Sun	ดวงอาทิตย์
Tired	เหนื่อย
Water	น้ำ
Weather	สภาพอากาศ
Wild	ป่า

House
บ้าน

English	Thai
Attic	ห้องใต้หลังคา
Broom	ไม้กวาด
Curtains	ผ้าม่าน
Door	ประตู
Fence	รั้ว
Fireplace	เตาผิง
Floor	พื้น
Furniture	เฟอร์นิเจอร์
Garage	โรงรถ
Garden	สวน
Keys	คีย์
Kitchen	ครัว
Lamp	โคมไฟ
Library	ห้องสมุด
Mirror	กระจก
Roof	หลังคา
Room	ห้อง
Shower	อาบน้ำ
Wall	ผนัง
Window	หน้าต่าง

Human Body
ร่างกายมนุษย์

English	Thai
Ankle	ข้อเท้า
Blood	เลือด
Bones	กระดูก
Brain	สมอง
Chin	คาง
Ear	หู
Elbow	ข้อศอก
Face	หน้า
Finger	นิ้ว
Hand	มือ
Head	หัว
Heart	หัวใจ
Jaw	ขากรรไกร
Knee	เข่า
Leg	ขา
Mouth	ปาก
Neck	คอ
Nose	จมูก
Shoulder	ไหล่
Skin	ผิว

Insects
แมลง

English	Thai
Ant	มด
Aphid	เพลี้ย
Bee	ผึ้ง
Beetle	ด้วง
Butterfly	ผีเสื้อ
Cicada	จักจั่น
Cockroach	แมลงสาบ
Dragonfly	แมลงปอ
Flea	เห็บ
Grasshopper	ตั๊กแตน
Hornet	แตน
Ladybug	เต่าทอง
Larva	ตัวอ่อน
Locust	ปาทังกา
Mantis	กงแตนแตน
Mosquito	ยุง
Moth	มอด
Termite	ปลวก
Wasp	ต่อ
Worm	หนอน

Jazz
แจ๊ส

Album	อัลบั้ม
Applause	เสียงปรบมือ
Artist	ศิลปิน
Composer	นักแต่งเพลง
Composition	ส่วนประกอบ
Concert	คอนเสิร์ต
Drums	กลอง
Emphasis	ความสำคัญ
Famous	มีชื่อเสียง
Favorites	รายการโปรด
Improvisation	ปฏิภาณโวหาร
Music	ดนตรี
New	ใหม่
Old	แก่
Orchestra	วงดนตรี
Rhythm	จังหวะ
Song	เพลง
Style	รูปแบบ
Talent	พรสวรรค์
Technique	เทคนิค

Kitchen
ห้องครัว

Apron	ผ้ากันเปื้อน
Bowl	ชาม
Chopsticks	ตะเกียบ
Cups	ถ้วย
Food	อาหาร
Forks	ส้อม
Grill	ย่าง
Jug	เหยือก
Kettle	กาต้มน้ำ
Knives	มีด
Ladle	ทัพพี
Napkin	ผ้าเช็ดปาก
Oven	เตาอบ
Recipe	สูตรอาหาร
Refrigerator	ตู้เย็น
Spices	เครื่องเทศ
Sponge	ฟองน้ำ
Spoons	ช้อน
To Eat	กิน

Landscapes
ทิวทัศน์

Beach	ชายหาด
Cave	ถ้ำ
Desert	ทะเลทราย
Geyser	ไกเซอร์
Glacier	ธารน้ำแข็ง
Hill	เนินเขา
Iceberg	ภูเขาน้ำแข็ง
Island	เกาะ
Lake	ทะเลสาบ
Mountain	ภูเขา
Oasis	โอเอซิส
Ocean	มหาสมุทร
Peninsula	คาบสมุทร
River	แม่น้ำ
Sea	ทะเล
Swamp	บึง
Tundra	ทุนดรา
Valley	หุบเขา
Volcano	ภูเขาไฟ
Waterfall	น้ำตก

Literature
วรรณกรรม

Analogy	อะนาล็อก
Analysis	การวิเคราะห์
Author	ผู้เขียน
Biography	ชีวประวัติ
Conclusion	บทสรุป
Critique	บทวิจารณ์
Description	ลักษณะ
Dialogue	บทพูด
Genre	ประเภท
Metaphor	คำอุปมา
Narrator	ผู้บรรยาย
Novel	นิยาย
Opinion	ความเห็น
Poem	กลอน
Poetic	บทกวี
Rhyme	สัมผัส
Rhythm	จังหวะ
Style	รูปแบบ
Theme	ธีม
Tragedy	โศกนาฏกรรม

Mammals
สัตว์เลี้ยงลูกด้วยนม

Bear	หมี
Beaver	บีเวอร์
Bull	โค
Cat	แมว
Coyote	โคโยตี้
Dog	หมา
Dolphin	ปลาโลมา
Elephant	ช้าง
Fox	ฟ็อกซ์
Giraffe	ยีราฟ
Gorilla	กอริลลา
Horse	ม้า
Kangaroo	จิงโจ้
Lion	สิงโต
Monkey	ลิง
Rabbit	กระต่าย
Sheep	แกะ
Whale	วาฬ
Wolf	หมาป่า
Zebra	ม้าลาย

Math
คณิตศาสตร์

Angles	มุม
Arithmetic	เลขคณิต
Circumference	เส้นรอบวง
Decimal	ทศนิยม
Degrees	องศา
Division	แผนก
Equation	สมการ
Exponent	ตัวแทน
Fraction	เศษส่วน
Geometry	เรขาคณิต
Numbers	หมายเลข
Parallel	ขนาน
Perimeter	ขอบ
Perpendicular	ตั้งฉาก
Radius	รัศมี
Sum	รวม
Symmetry	สมมาตร
Triangle	สามเหลี่ยม
Volume	ระดับเสียง

Measurements
การวัด

Byte	ไบต์
Centimeter	เซนติเมตร
Decimal	ทศนิยม
Degree	องศา
Depth	ความลึก
Gram	กรัม
Height	ความสูง
Inch	นิ้ว
Kilogram	กิโลกรัม
Kilometer	กิโลเมตร
Length	ความยาว
Liter	ลิตร
Mass	มวล
Meter	เมตร
Minute	นาที
Ounce	ออนซ์
Ton	ตัน
Volume	ระดับเสียง
Weight	น้ำหนัก
Width	ความกว้าง

Meditation
การทำสมาธิ

Acceptance	การยอมรับ
Attention	ความสนใจ
Awake	ตื่น
Breathing	การหายใจ
Calm	สงบ
Clarity	ความชัดเจน
Emotions	อารมณ์
Gratitude	ความกตัญญู
Habits	นิสัย
Kindness	ความเมตตา
Mental	จิต
Mind	ใจ
Movement	การเคลื่อนไหว
Music	ดนตรี
Nature	ธรรมชาติ
Peace	สันติภาพ
Perspective	มุมมอง
Silence	ความเงียบ
Thoughts	ความคิด
To Learn	เรียนรู้

Music
ดนตรี

Album	อัลบั้ม
Ballad	บัลลาด
Classical	คลาสสิก
Eclectic	ผสมผสาน
Harmony	ความสามัคคี
Improvise	โอ๊ะโอ่
Instrument	ตราสาร
Lyrical	ลีริคัล
Melody	ทำนอง
Microphone	ไมโครโฟน
Musical	ดนตรี
Musician	นักดนตรี
Opera	โอเปร่า
Poetic	บทกวี
Recording	การบันทึก
Rhythm	จังหวะ
Rhythmic	เป็นจังหวะ
Sing	ร้องเพลง
Singer	นักร้อง

Musical Instruments
เครื่องดนตรี

Banjo	แบนโจ
Bassoon	ปี่บาสซูน
Cello	เชลโล
Chimes	ตีระฆัง
Clarinet	คลาริเน็ต
Drum	กลอง
Drumsticks	ไม้ตีกลอง
Flute	ขลุ่ย
Gong	ฆ้อง
Guitar	กีตาร์
Harp	ฮาร์ป
Mandolin	แมนโดลิน
Marimba	มาริมบา
Oboe	โอโบ
Piano	เปียโน
Saxophone	แซกโซโฟน
Tambourine	แทมบูรีน
Trombone	ทรอมโบน
Trumpet	แตร
Violin	ไวโอลิน

Mythology
ตำนานเทพนิยาย

Archetype	ต้นแบบ
Behavior	พฤติกรรม
Beliefs	ความเชื่อ
Creation	การสร้าง
Creature	สิ่งมีชีวิต
Culture	วัฒนธรรม
Deities	เทพ
Disaster	ภัยพิบัติ
Heaven	สวรรค์
Hero	ฮีโร่
Immortality	อมตภาพ
Jealousy	ความหึงหวง
Labyrinth	เขาวงกต
Legend	ตำนาน
Lightning	ฟ้าผ่า
Monster	สัตว์ประหลาด
Mortal	ยแร
Revenge	แก้แค้น
Thunder	ฟ้าร้อง
Warrior	นักรบ

Nature
ธรรมชาติ

Animals	สัตว์
Arctic	อาร์กติก
Beauty	ความงาม
Bees	ผึ้ง
Cliffs	หน้าผา
Clouds	เมฆ
Desert	ทะเลทราย
Dynamic	พลวัต
Erosion	ร่อน
Fog	หมอก
Foliage	ใบไม้
Forest	ป่า
Glacier	ธารน้ำแข็ง
Mountains	ภูเขา
Peaceful	สงบ
River	แม่น้ำ
Serene	นิ่ง
Shelter	ที่หลบภัย
Tropical	เขตร้อน
Vital	สำคัญมาก

Numbers
ตัวเลข

Decimal	ทศนิยม
Eight	แปด
Eighteen	สิบแปด
Fifteen	สิบห้า
Five	ห้า
Four	สี่
Fourteen	สิบสี่
Nine	เก้า
Nineteen	สิบเก้า
One	หนึ่ง
Seven	เจ็ด
Seventeen	สิบเจ็ด
Six	หก
Sixteen	สิบหก
Ten	สิบ
Thirteen	สิบสาม
Three	สาม
Twelve	สิบสอง
Twenty	ยี่สิบ
Two	สอง

Nutrition
โภชนาการ

Appetite	ความกระหาย
Balanced	สมดุล
Bitter	ขม
Calories	แคลอรี่
Carbohydrates	คาร์โบไฮเดรต
Diet	อาหาร
Digestion	การย่อย
Edible	กินได้
Fermentation	การหมัก
Flavor	รสชาติ
Habits	นิสัย
Health	สุขภาพ
Healthy	แข็งแรง
Nutrient	สารอาหาร
Proteins	โปรตีน
Quality	คุณภาพ
Sauce	ซอส
Toxin	พิษ
Vitamin	วิตามิน
Weight	น้ำหนัก

Ocean
มหาสมุทร

Algae	สาหร่าย
Coral	ปะการัง
Crab	ปู
Dolphin	ปลาโลมา
Eel	ปลาไหล
Fish	ปลา
Jellyfish	แมงกะพรุน
Octopus	ปลาหมึกยักษ์
Oyster	หอยนางรม
Reef	รีฟ
Salt	เกลือ
Shark	ฉลาม
Shrimp	กุ้ง
Sponge	ฟองน้ำ
Storm	พายุ
Tides	น้ำขึ้นน้ำลง
Tuna	ทูน่า
Turtle	เต่า
Waves	คลื่น
Whale	วาฬ

Pets
สัตว์เลี้ยง

Cat	แมว
Collar	ป
Cow	วัว
Dog	หมา
Fish	ปลา
Food	อาหาร
Goat	แพะ
Hamster	แฮมสเตอร์
Kitten	ลูกแมว
Leash	สายจูง
Lizard	กิ้งก่า
Mouse	หนู
Parrot	นกแก้ว
Paws	อุ้งเท้า
Puppy	ลูกหมา
Rabbit	กระต่าย
Tail	หาง
Turtle	เต่า
Veterinarian	สัตวแพทย์
Water	น้ำ

Philanthropy
การกุศล

Challenges	ความท้าทาย
Charity	การกุศล
Community	ชุมชน
Contacts	ติดต่อ
Donate	บริจาค
Finance	การเงิน
Funds	กองทุน
Generosity	ความเอื้ออาทร
Global	ทั่วโลก
Goals	เป้าหมาย
Groups	กลุ่ม
History	ประวัติศาสตร์
Honesty	ความซื่อสัตย์
Humanity	มนุษยชาติ
Mission	ภารกิจ
Need	ต้องการ
People	ผู้คน
Programs	โปรแกรม
Public	สาธารณะ
Youth	เยาวชน

Physics
ฟิสิกส์

Atom	อะตอม
Chaos	ความวุ่นวาย
Chemical	เคมี
Density	ความหนาแน่น
Electron	อิเล็กตรอน
Engine	เครื่องยนต์
Expansion	การขยายตัว
Experiment	การทดลอง
Formula	สูตร
Frequency	ความถี่
Gas	แก๊ส
Magnetism	แม่เหล็ก
Mass	มวล
Mechanics	กลศาสตร์
Molecule	โมเลกุล
Nuclear	นิวเคลียร์
Particle	อนุภาค
Relativity	สัมพัทธภาพ
Speed	ความเร็ว
Universal	สากล

Plants
พืช

Bamboo	ไม้ไผ่
Bean	ถั่ว
Berry	เบอร์รี่
Botany	พฤกษศาสตร์
Bush	บุช
Cactus	กระบองเพชร
Fertilizer	ปุ๋ย
Flora	ฟลอรา
Flower	ดอกไม้
Foliage	ใบไม้
Forest	ป่า
Garden	สวน
Grass	หญ้า
Ivy	ไอวี่
Moss	มอสส์
Petal	กลีบ
Root	ราก
Stem	ห้าม
Tree	ต้นไม้
Vegetation	พืช

Professions #1
วิชาชีพ #1

Ambassador	เอกอัครราชทูต
Astronomer	นักดาราศาสตร์
Attorney	ทนายความ
Banker	นายธนาคาร
Coach	โค้ช
Dancer	นักเต้น
Doctor	หมอ
Editor	บรรณาธิการ
Firefighter	ดับเพลิง
Geologist	นักธรณีวิทยา
Hunter	ฮันเตอร์
Jeweler	อัญมณี
Musician	นักดนตรี
Nurse	พยาบาล
Pianist	นักเปียโน
Plumber	ช่างประปา
Psychologist	นักจิตวิทยา
Sailor	กะลาสี
Tailor	ช่างตัดเสื้อ
Veterinarian	สัตวแพทย์

Professions #2
วิชาชีพ #2

Astronaut	นักบินอวกาศ
Biologist	นักชีววิทยา
Dentist	ทันตแพทย์
Detective	นักสืบ
Engineer	วิศวกร
Farmer	ชาวนา
Gardener	คนสวน
Inventor	นักประดิษฐ์
Journalist	นักข่าว
Librarian	บรรณารักษ์
Linguist	นักภาษาศาสตร์
Painter	จิตรกร
Philosopher	นักปรัชญา
Photographer	ช่างภาพ
Physician	แพทย์
Pilot	นักบิน
Researcher	นักวิจัย
Surgeon	ศัลยแพทย์
Teacher	ครู
Zoologist	นักสัตววิทยา

Psychology
จิตวิทยา

Appointment	การนัดหมาย
Assessment	การประเมิน
Behavior	พฤติกรรม
Childhood	วัยเด็ก
Clinical	คลินิก
Conflict	ความขัดแย้ง
Dreams	ความฝัน
Ego	อัตตา
Emotions	อารมณ์
Experiences	ประสบการณ์
Ideas	ไอเดีย
Influences	อิทธิพล
Perception	การรับรู้
Personality	บุคลิกภาพ
Problem	ปัญหา
Reality	ความเป็นจริง
Subconscious	จิตใต้สำนึก
Therapy	การบำบัด
Thoughts	ความคิด
Unconscious	หมดสติ

Restaurant #1
ร้านอาหาร #1

Allergy	ภูมิแพ้
Bowl	ชาม
Bread	ขนมปัง
Cashier	แคชเชียร์
Chicken	ไก่
Coffee	กาแฟ
Dessert	ขนม
Food	อาหาร
Ingredients	ส่วนผสม
Kitchen	ครัว
Knife	มีด
Meat	เนื้อ
Menu	เมนู
Napkin	ผ้าเช็ดปาก
Plate	จาน
Reservation	การจอง
Sauce	ซอส
Spicy	เผ็ด
To Eat	กิน
Waitress	พนักงานเสิร์ฟ

Restaurant #2
ร้านอาหาร #2

Beverage	เครื่องดื่ม
Cake	เค้ก
Chair	เก้าอี้
Delicious	อร่อย
Dinner	อาหารเย็น
Eggs	ไข่
Fish	ปลา
Fork	ส้อม
Fruit	ผลไม้
Ice	น้ำแข็ง
Lunch	อาหารกลางวัน
Noodles	ก๋วยเตี๋ยว
Salad	สลัด
Salt	เกลือ
Soup	ซุป
Spices	เครื่องเทศ
Spoon	ช้อน
Vegetables	ผัก
Waiter	บริกร
Water	น้ำ

Science
วิทยาศาสตร์

Atom	อะตอม
Chemical	เคมี
Climate	ภูมิอากาศ
Data	ข้อมูล
Evolution	วิวัฒนาการ
Experiment	การทดลอง
Fact	ข้อเท็จจริง
Fossil	ฟอสซิล
Gravity	แรงโน้มถ่วง
Hypothesis	สมมติฐาน
Method	วิธี
Minerals	แร่ธาตุ
Molecules	โมเลกุล
Nature	ธรรมชาติ
Observation	การสังเกต
Organism	สิ่งมีชีวิต
Particles	อนุภาค
Physics	ฟิสิกส์
Plants	พืช

Science Fiction
นิยายวิทยาศาสตร์

Atomic	อะตอม
Books	หนังสือ
Chemicals	สารเคมี
Cinema	โรงภาพยนตร์
Dystopia	ดิสโทเปีย
Explosion	การระเบิด
Extreme	สุดขีด
Fantastic	มหัศจรรย์
Fire	ไฟ
Futuristic	อนาคต
Galaxy	กาแลกซี่
Illusion	ภาพลวงตา
Imaginary	เพ้อฝัน
Mysterious	ลึกลับ
Oracle	สิทธิ์
Planet	ดาวเคราะห์
Robots	หุ่นยนต์
Technology	เทคโนโลยี
Utopia	ยูโทเปีย
World	โลก

Scientific Disciplines
สาขาวิชาวิทยาศาสตร์

Archaeology	โบราณคดี
Astronomy	ดาราศาสตร์
Biochemistry	ชีวเคมี
Biology	ชีววิทยา
Botany	พฤกษศาสตร์
Chemistry	เคมี
Ecology	นิเวศวิทยา
Geology	ธรณีวิทยา
Kinesiology	คิทนีวิทยา
Linguistics	ภาษาศาสตร์
Mechanics	กลศาสตร์
Meteorology	อุตุนิยมวิทยา
Mineralogy	แร่วิทยา
Neurology	ประสาทวิทยา
Nutrition	โภชนาการ
Physiology	สรีรวิทยา
Psychology	จิตวิทยา
Sociology	สังคมวิทยา
Thermodynamics	อุณหพลศาสตร์
Zoology	สัตววิทยา

Spices
เครื่องเทศ

Anise	โป๊ยกั๊ก
Bitter	ขม
Cardamom	กระวาน
Cinnamon	อบเชย
Clove	กานพูล
Coriander	ผักชี
Cumin	ผงยี่หร่า
Curry	แกง
Fennel	เม็ดยี่หร่า
Fenugreek	เฟนูกรีก
Flavor	รสชาติ
Garlic	กระเทียม
Ginger	ขิง
Nutmeg	นัทเม็ก
Onion	หัวหอม
Paprika	ปาปริก้า
Saffron	หญ้าฝรั่น
Salt	เกลือ
Sweet	หวาน
Vanilla	วนิลา

Technology
เทคโนโลยี

Blog	บล็อก
Browser	เบราว์เซอร์
Bytes	ไบต์
Camera	กล้อง
Computer	คอมพิวเตอร์
Cursor	เคอร์เซอร์
Data	ข้อมูล
Digital	ดิจิทัล
Display	แสดง
File	ไฟล์
Font	แบบอักษร
Internet	อินเทอร์เน็ต
Message	ข้อความ
Research	วิจัย
Screen	หน้าจอ
Security	ความปลอดภัย
Software	ซอฟต์แวร์
Statistics	สถิติ
Virtual	เสมือน
Virus	ไวรัส

The Company
บริษัท

Business	ธุรกิจ
Creative	สร้างสรรค์
Decision	การตัดสินใจ
Employment	การจ้างงาน
Global	ทั่วโลก
Industry	อุตสาหกรรม
Innovative	นวัตกรรม
Investment	การลงทุน
Possibility	ความเป็นไปได้
Presentation	การนำเสนอ
Product	ผลิตภัณฑ์
Professional	มืออาชีพ
Progress	ความคืบหน้า
Quality	คุณภาพ
Reputation	ชื่อเสียง
Resources	ทรัพยากร
Revenue	รายได้
Risks	ความเสี่ยง
Units	หน่วย
Wages	ค่าจ้าง

The Media
สื่อมวลชน

Attitudes	ทัศนคติ
Commercial	โฆษณา
Communication	การสื่อสาร
Digital	ดิจิทัล
Edition	ฉบับ
Education	การศึกษา
Facts	ข้อเท็จจริง
Funding	ทุน
Images	ภาพ
Individual	รายบุคคล
Industry	อุตสาหกรรม
Intellectual	สติปัญญา
Local	ท้องถิ่น
Magazines	นิตยสาร
Network	เครือข่าย
Newspapers	หนังสือพิมพ์
Online	ออนไลน์
Opinion	ความเห็น
Public	สาธารณะ
Radio	วิทยุ

Time
เวลา

Annual	ประจำปี
Before	ก่อน
Calendar	ปฏิทิน
Century	ศตวรรษ
Clock	นาฬิกา
Day	วัน
Decade	ทศวรรษ
Future	อนาคต
Hour	ชั่วโมง
Minute	นาที
Month	เดือน
Morning	เช้า
Night	กลางคืน
Noon	เที่ยง
Now	ตอนนี้
Soon	ในไม่ช้า
Today	วันนี้
Week	สัปดาห์
Year	ปี
Yesterday	เมื่อวาน

Town
เมือง

Airport	สนามบิน
Bakery	เบเกอรี่
Bank	ธนาคาร
Bookstore	ร้านหนังสือ
Cafe	คาเฟ่
Cinema	โรงภาพยนตร์
Clinic	คลินิก
Florist	ดอกไม้ดี
Gallery	แกลเลอรี่
Hotel	โรงแรม
Library	ห้องสมุด
Market	ตลาด
Museum	พิพิธภัณฑ์
Pharmacy	ร้านขายยา
School	โรงเรียน
Stadium	สนามกีฬา
Store	ร้าน
Theater	โรงละคร
University	มหาวิทยาลัย
Zoo	สวนสัตว์

Universe
จักรวาล

Astronomer	นักดาราศาสตร์
Astronomy	ดาราศาสตร์
Atmosphere	บรรยากาศ
Cosmic	ฟังดู
Darkness	ความมืด
Equator	เส้นศูนย์สูตร
Galaxy	กาแลกซี่
Hemisphere	ซีกโลก
Horizon	ขอบฟ้า
Latitude	ละติจูด
Longitude	เส้นแวง
Moon	ดวงจันทร์
Orbit	วงโคจร
Sky	ท้องฟ้า
Solar	แสงอาทิตย์
Solstice	อายัน
Tilt	เอียง
Visible	มองเห็นได้
Zodiac	จักรราศี

Vacation #2
วันหยุด #2

Airport	สนามบิน
Beach	ชายหาด
Destination	ปลายทาง
Foreign	ต่างชาติ
Foreigner	ชาวต่างชาติ
Holiday	วันหยุด
Hotel	โรงแรม
Island	เกาะ
Journey	การเดินทาง
Leisure	เวลาว่าง
Map	แผนที่
Mountains	ภูเขา
Reservations	จอง
Restaurant	ร้านอาหาร
Sea	ทะเล
Taxi	แท็กซี่
Tent	เต็นท์
Train	รถไฟ
Transportation	การขนส่ง
Visa	วีซ่า

Vegetables
ผักสด

Artichoke	อาติโช๊ค
Broccoli	บรอกโคลี
Carrot	แครอท
Cauliflower	กะหล่ำ
Celery	ขึ้นฉ่าย
Cucumber	แตงกวา
Eggplant	มะเขือ
Garlic	กระเทียม
Ginger	ขิง
Mushroom	เห็ด
Onion	หัวหอม
Parsley	ผักชีฝรั่ง
Pea	ถั่ว
Pumpkin	ฟักทอง
Radish	หัวไชเท้า
Salad	สลัด
Shallot	หอม
Spinach	ผักโขม
Tomato	มะเขือเทศ
Turnip	หัวผักกาด

Vehicles
ยานพาหนะ

Airplane	เครื่องบิน
Ambulance	รถพยาบาล
Bicycle	จักรยาน
Boat	เรือ
Bus	รถเมล์
Car	รถ
Caravan	คาราวาน
Ferry	เรือข้ามฟาก
Helicopter	เฮลิคอปเตอร์
Motor	เครื่องยนต์
Raft	แพ
Rocket	จรวด
Scooter	สกู๊ตเตอร์
Shuttle	กระสวย
Submarine	เรือดำน้ำ
Subway	รถไฟใต้ดิน
Taxi	แท็กซี่
Tires	ยาง
Tractor	รถแทรกเตอร์
Truck	รถบรรทุก

Visual Arts
ทัศนศิลป์

Architecture	สถาปัตยกรรม
Artist	ศิลปิน
Ceramics	เซรามิก
Chalk	ชอล์ก
Charcoal	ถ่าน
Clay	เคลย์
Composition	ค์ประกอบ
Film	ฟีล์ม
Masterpiece	ผลงานชิ้นเอก
Painting	ภาพวาด
Pen	ปากกา
Pencil	ดินสอ
Perspective	มุมมอง
Photograph	ภาพถ่าย
Portrait	แนวตั้ง
Pottery	เครื่องดินเผา
Sculpture	ประติมากรรม
Stencil	สเตนซิล
Wax	ขี้ผึ้ง

Water
น้ำ

Canal	คลอง
Damp	ชื้น
Drinkable	ดื่มได้
Evaporation	การระเหย
Flood	น้ำท่วม
Geyser	น้ำพุร้อน
Humidity	ความชื้น
Hurricane	พายุเฮอริเคน
Ice	น้ำแข็ง
Irrigation	ชลประทาน
Lake	ทะเลสาบ
Moisture	วามชื้น
Monsoon	มรสุม
Ocean	มหาสมุทร
Rain	ฝน
River	แม่น้ำ
Shower	อาบน้ำ
Snow	หิมะ
Steam	ไอน้ำ
Waves	คลื่น

Weather
สภาพอากาศ

Atmosphere	บรรยากาศ
Breeze	บรีซ
Climate	สภาพอากาศ
Cloud	คลาวด์
Drought	แล้ง
Dry	แห้ง
Fog	หมอก
Hurricane	พายุเฮอริเคน
Ice	น้ำแข็ง
Lightning	ฟ้าผ่า
Monsoon	มรสุม
Polar	โพลาร์
Rainbow	สายรุ้ง
Sky	ท้องฟ้า
Storm	พายุ
Temperature	อุณหภูมิ
Thunder	ฟ้าร้อง
Tornado	พายุทอร์นาโด
Tropical	เขตร้อน
Wind	ลม

Congratulations

You made it!

We hope you enjoyed this book as much as we enjoyed making it. We do our best to make high quality games.
These puzzles are designed in a clever way for you to learn actively while having fun!

Did you love them?

A Simple Request

Our books exist thanks your reviews. Could you help us by leaving one now?

Here is a short link which will take you to your order review page:

BestBooksActivity.com/Review50

MONSTER CHALLENGE!

Challenge #1

Ready for Your Bonus Game? We use them all the time but they are not so easy to find. Here are **Synonyms**!

Note 5 words you discovered in each of the Puzzles noted below (#21, #36, #76) and try to find 2 synonyms for each word.

Note 5 Words from *Puzzle 21*

Words	Synonym 1	Synonym 2

Note 5 Words from *Puzzle 36*

Words	Synonym 1	Synonym 2

Note 5 Words from *Puzzle 76*

Words	Synonym 1	Synonym 2

Challenge #2

Now that you are warmed-up, note 5 words you discovered in each Puzzle noted below (#9, #17, #25) and try to find 2 antonyms for each word. How many lines can you do in 20 minutes?

Note 5 Words from **Puzzle 9**

Words	Antonym 1	Antonym 2

Note 5 Words from **Puzzle 17**

Words	Antonym 1	Antonym 2

Note 5 Words from **Puzzle 25**

Words	Antonym 1	Antonym 2

Challenge #3

Wonderful, this monster challenge is nothing to you!

Ready for the last one? Choose your 10 favorite words discovered in any of the Puzzles and note them below.

1.	6.
2.	7.
3.	8.
4.	9.
5.	10.

Now, using these words and within a maximum of six sentences, your challenge is to compose a text about a person, animal or place that you love!

Tip: You can use the last blank page of this book as a draft!

Your Writing:

Explore a Unique Store
Set Up **FOR YOU!**

NOTEBOOK:

SEE YOU SOON!

Linguas Classics Team